ததும்புதலின் பெருங்கணம்

ததும்புதலின் பெருங்கணம்

ச. மோகனப்ரியா (பி. 1982)

தகவல் தொழில்நுட்பத்தில் இளங்கலைப் பொறியியல் பட்டதாரியான இவர், கடந்த 16 ஆண்டுகளாக சிங்கப்பூரில் தனது கணவர், மகளுடன் வசிக்கிறார். பூர்வீகம் கோயம்புத்தூர்.

கவிதைகள், சிறுகதைகள், கட்டுரைகள் எழுதி வரும் இவருக்கு சிங்கப்பூர் புத்தக வாரியம், தேசியக் கலைகள் மன்றத்துடன் ஈராண்டுகளுக்கு ஒரு முறை நடத்தப்படும் போட்டியான தங்க முனை விருதுகள் கவிதைக்காக இரு முறையும் சிறுகதைக்காக ஒரு முறையும் வழங்கப்பட்டிருக்கிறது. பல்வேறு இதழ்களில் இவரது கவிதைகள் தொடர்ந்து வெளியாகிவருகின்றன.

'ஞாபகப் பெருங்களிறு' என்கிற இவரது முதல் கவிதைத் தொகுப்பு 2023இல் வெளிவந்துள்ளது. இக்கவிதைத் தொகுப்பு, சிங்கப்பூர் இலக்கியப் பரிசு 2024க்கான சிறந்த அறிமுகப் படைப்புப் பிரிவின் இறுதிப் பட்டியலுக்குத் தேர்ந்தெடுக்கப்பட்டது.

இது இவரது இரண்டாவது கவிதைத் தொகுப்பு.

தொடர்புக்கு: mohanapriyawrites@gmail.com

ச. மோகனப்ரியா

ததும்புதலின் பெருங்கணம்

காலச்சுவடு பதிப்பகம்

அன்பார்ந்த வாசகருக்கு,

வணக்கம்.

காலச்சுவடு நூலை வாங்கியமைக்கு நன்றி.

நூலின் உள்ளடக்கம், உருவாக்கம், அட்டைப்படம் இன்ன பிற அம்சங்கள் பற்றிய உங்கள் கருத்துகளையும் ஆலோசனைகளையும் காலச்சுவடு வரவேற்கிறது. தகவல், எழுத்து, வாக்கியப் பிழைகள் தென்பட்டால் அவசியம் தெரிவித்து உதவுங்கள். நூல் தயாரிப்பில் கடும் குறைபாடு இருப்பின் மாற்றுப் பிரதி உங்களுக்குக் கிடைக்கக் காலச்சுவடு ஏற்பாடு செய்யும்.

மின்னஞ்சல்: **publisher@kalachuvadu.com**

காலச்சுவடு நாகர்கோவில் அலுவலகத்துக்குக் கடிதம் அனுப்பலாம்.

தங்கள்
எஸ்.ஆர். சுந்தரம் (கண்ணன்)
பதிப்பாளர் – நிர்வாக இயக்குநர்

ததும்புதலின் பெருங்கணம் ♦ கவிதைகள் ♦ ஆசிரியர்: ச. மோகனப்ரியா ♦ © ச. மோகனப்ரியா ♦ முதல் பதிப்பு: நவம்பர் 2024 ♦ வெளியீடு: காலச்சுவடு பப்ளிகேஷன்ஸ் (பி) லிட்., 669, கே.பி. சாலை, நாகர்கோவில் 629001

காலச்சுவடு பதிப்பக வெளியீடு: 1310

tatumputalin perunkaNam ♦ Poems ♦ Author: C. Mohanapriya ♦ © C. Mohanapriya ♦ Language: Tamil ♦ First Edition: November 2024 ♦ Size: Demy 1 x 8 ♦ Paper: 18.6 kg maplitho ♦ Pages: 120

Published by Kalachuvadu Publications Pvt. Ltd., 669, K.P. Road, Nagercoil 629001 India ♦ Phone: 91-4652-278525 ♦ e-mail: publications@kalachuvadu.com ♦ Printed at Mani Offset, Chennai 600077

ISBN: 978-93-6110-202-8

11/2024/S.No.1310 kcp 5374, 18.6 (1) ass

அன்பினால் ஆட்கொண்ட
ஸ்ரீவள்ளிக்கும்
அறிவினால் ஆட்கொண்ட
பெருந்தேவிக்கும்

நன்றி

சிங்கப்பூர் அமைப்புகள்

கவிமாலை, தங்கமீன் கலை இலக்கிய வட்டம், வாசகர் வட்டம், மாயா இலக்கிய வட்டம் உள்ளிட்ட அமைப்புகள்.

சிங்கப்பூர் புத்தக வாரியம், தேசியக் கலைகள் மன்றம், தேசிய நூலக வாரியம், ஆர்ட் ஹவுஸ் லிமிடட்., சிங்கப்பூர்.

இதழ்கள்

ஆனந்த விகடன், உயிர்மை, சொல்வனம் இணைய இதழ், கணையாழி, வாசக சாலை இணைய இதழ், புரவி இதழ், யாவரும் இணைய இதழ், நுட்பம் இணைய இதழ், தமிழ் முரசு நாளிதழ், சிராங்கூன் டைம்ஸ், மக்கள் மனம், தேக்கா எக்ஸ்பிரஸ் இணைய இதழ், மலேசிய இணைய இதழ் வல்லினம்.

நூலினைப் பதிப்பிக்க வழிகாட்டிய சிங்கப்பூர் புத்தக வாரியம் (Singapore Book Council), காலச்சுவடு பதிப்பகம், கவிஞர் சேரன்.

அட்டைப்படம் வடிவமைத்த ஓவியர் ரோஹிணி மணி

உற்ற துணையாய் நிற்கும் கணவர், மகள், பெற்றோர், நண்பர்கள், உறவினர்கள்.

பொருளடக்கம்

அணிந்துரை	13
மாயநிலப் பாடல்கள்	
1. ஆசையின் ஒற்றைக்கரம்	19
2. வானம் புதிது	20
3. மலர்தல்	21
4. புன்னகைகள் விற்பனைக்கல்ல	22
5. மாயக்கொக்கு	23
6. தெய்வம்	24
7. கோடையின் சுவாசம்	25
8. அதிர்வுகள்	26
9. பறவைக்குஞ்சின் இறக்கைகள் அழுகின்றன	27
10. வான்கோவின் கண்ணீர்	28
11. நித்திரை	29
12. பிடிப்பு	30
13. பிரிவினைகளின் முதல் விதை எப்போது நம் தலைகளில் விழுந்திருக்கும்?	31
14. அற்றல் வெளி	33
15. அக்கணத்தில் இருத்தல்	35
16. கால விளையாட்டு	36
17. சிலையின் பதற்றம்	37

18. அர்த்தநாரி	38
19. ஈரம்	39
20. தேடல்	40
21. கசந்து ஊரும் நத்தை	41
22. காலணிகளின் காதை	42
23. வெட்டப்பட்ட மரங்களின் குரல்	43
24. கதலிப்பூக்களாகும் மனிதர்கள்	44
25. சாபா மீனின் சாபம்	46
26. சாய்ந்திருப்பதெல்லாம் மாயத்தோள்கள்	48
27. ஒளிப்படத்துக்குத் தானறியாமல் தலைசாய்க்கும் கவி	50

உள் உறை வெளி

28. ஞானத்தின் இனிமை	55
29. விழிப்பு	57
30. நம்பிக்கை	58
31. சொற்கள்	59
32. வண்ணமிழக்கும் மயிற்பீலிகளின் கண்கள்	60
33. ஒரு சிறிய இடைவெளிக்குப் பிறகு	62
34. வாழையடி வாழை	63
35. கேட்கப் பழகுதல்	65
36. மறத்தல் என்பது	66
37. ஆற்றுப்படுதல்	67
38. மடியேந்தல்	68
39. அகம்	69
40. கவிதை வரும் நேரம்	70
41. குறுங்கவிதைகள்	71
42. எலிக் கவிதை	72
43. காப்பி	73

44. எங்கு ஒளிப்பது?	74
45. வலுவிழந்த நேரங்களிலும் பூக்கும் ரோஜாக்கள்	75
46. போர்களை நான் விரும்புகிறேன்	76
47. ஒற்றை நிற வானவில்	77
48. ஞாயிறு மதியங்கள்	78
49. இரு பால்வீதிகள் சந்திக்கும் புள்ளி	80
50. அறிவின் தனிமையும் துக்கமும்	81
51. ததும்புதலின் பெருங்கணம்	82
52. அலை கலைக்கும் சித்திரம்	83
53. குறிப்பு	84
54. இடைவெளி	85
55. கருணை	86
56. கூடுதலாய் ஒரு சிட்டிகை	87
57. இரு கருநீலக் காப்பிக் கோப்பைகளின் இறுதி யாத்திரை	89

சொல் பிளந்து பூக்கும் உடல்

58. குளிர் இரவின் பெயர்	95
59. கண்ணுறுகையில் நிகழ்பவை	96
60. மாற்றம்	97
61. காதல் சூழ் உலகு	98
62. ஜெஸ்ஸியாக வாழ்தல்	99
63. கனவின் தேநீர்	100
64. நினைவுகள் பெருகும் காலம்	101
65. தொலைத்த பொழுது	102
66. காத்திருக்கும் வெற்றிடம்	103
67. அரூபத்தின் நா	104
68. நிராகரிப்பு	105
69. பொருட்வழி பிரிவு	106

70.	பிரிவு பற்றிய குறுங்கவிதைகள்	107
71.	காதல் தகிக்கும் நகரும் படிகள்	110
72.	நீ வனைந்த ஊதாப்பூ	111
73.	விளிம்பில் நிற்கும் அமுதம்	112
74.	சுட்டு	113
75.	நினைவின் முகம்	114
76.	இசைமை	115
77.	மடலூர்தல்	116
78.	மௌனத்தின் இறுதி மொழி	117
79.	அதிசயங்கள்	118
80.	கதலிப்பாட்டு	119

அணிந்துரை

ஆங்கிலத்தில் தற்போது பரவலாகப் பயன் படுத்தப்படுகிற ஒரு சொல் 'Serendipity'. அதன் சொற்பிறப்பியலைத் தேடுபவர்களுக்கு ஏற்படும் வியப்பு, உண்மையிலேயே பெருவியப்புத்தான். ஆங்கிலக் காலனித்துவ ஆய்வாளர்கள் அதைத் தமது என உரிமை கோரினாலும் அந்தச் சொல்லின் மூலம் தமிழ் என்பது என் கருத்து. இலங்கை / ஈழம் என்ற தீவுக்கு பாரசீக / அரபுக் கடலோடிகள் வைத்த பெயர்தான் சேரன்டிப். அப்பெயர் சேரன் தீவகம் என்பதன் திரிபு. எதிர்பாராமல் திடீரெனக் கிடைத்த இன்ப அதிர்வு அல்லது இன்ப அதிர்ச்சி என அச்சொல்லுக்குப் பொருள் கொள்கிறோம். தமிழையும் மலையாளத்தையும் சிங்களத்தையும் ஒரு சேரக் குறிப்பிட்ட சொல் அது.

முதன்முதலில் மோகனப்ரியாவின் கவிதை களை அவருடைய பெயரும் அடையாளமும் தெரியாமல் வாசித்தபோது எனக்குக் கிடைத்த உணர்வு இத்தகைய எதிர்பாராத இனிய அதிர்ச்சி என்றுதான் சொல்ல விரும்புகிறேன்.

மோகனப்ரியாவின் கவிதைகளை மீண்டும் மீண்டும் வாசித்த பிற்பாடு நான் சொல்ல விரும்புவது இதுதான்:

உள் உறை வெளியில், சொல் பிளந்து பூக்கின்ற மாயநிலப் பாடல்கள் அவருடைய கவிதைகள்.

இயற்கையின் மீதான இடையறா ஈர்ப்பும், நகர வாழ்வு தரும் நெருக்கடிகளும் சிக்கல்களும் அன்றாட வாழ்விலும் பணியிலும் தத்தளிக்கும் மனிதர்களும் அவர்களது கனவுகளும் காமமும் அனுபவச் சிறப்பிலும் அருஞ்சொற்பிறப்பிலும் உருவான கவிதைகள் இவை.

ஒற்றை இலை, ஓரக்கண்ணீர், காலணிகள், தறிக்கப்பட்ட மரங்களின் ஓலம், மீன்கள் தரும் சாபம், ஞானமும் இனிமையும் கூடும் விழிப்பு, சொற்கள் இயற்கையாக மாறும் விந்தை எனப் பல "இனிய அதிர்ச்சிகளை" இந்தத் தொகுப்புத் தமிழுக்குக் கொண்டுவருகிறது.

தமிழுக்கும் தமிழ்க் கவிதைக்கும் ஆற்றலும் அறிவும் அழகும் புதுமையும் தரும் கவிதைகள் இவை. தலைப்புச் சொல்வதுபோல ததும்புதலின் பெருங்கணங்கள் அல்ல இந்தக் கவிதைகள், அக்கணங்களையும் மீறித் தமிழுக்குப் புதுக்காற்றாய்த் ததும்புதலும் தயக்கமும் இல்லாமல் வருகிற கவிதைகள் எனச் சொல்வதே பொருத்தம். இந்தக் கவிதைகளோடுகூட வருபவை நுட்பமான கணப்பொழுதுகளின் சித்திரப் படிமங்கள்.

"நெடும் பாதையில்
பற்றிக் கொள்ளக் கைகளைத் துழாவும்
கழிவிரக்கத்தை"

எனும் வரிகள் அதிசயத்தைப் பெரிதாக்குகின்றன.

கதலிப்பாட்டு எனும் கவிதையில்

"இந்த வாழ்வு
என்னைத் தண்டிக்க
வேறு எந்த
சிறப்புக் காரணங்களும் இல்லை
வெறுமனே நீ
வந்து சென்றதைத் தவிர"

கண்ணாடிச் சாளரங்களில்
பகையையும் அன்பையும்
ஒரு சேர எழுதுகிறது
காலம் –

என்கிறது அவரது இன்னொரு கவித்தொடர்.

இத்தகைய கவிவரிகள் தம் எளிமையின் அழகால் நம்மை எளிதில் ஏமாற்றிவிடக் கூடியன. பழகிப்போன வழமையான சொற்களைக் கவித்துவப் படிமமாக்குகிற பெருவழி இத்தகைய

கவிதை இயலில் சாத்தியமாக முடியும். இந்த வரிகளுக்கிடையில் எமக்குத் தெரிந்தவையும் உள்ளன. அதே நேரம், நாம் காண முடியாத அல்லது புகையில் தெரியும் முகங்களாக அலையும் சித்திரிப்புகளும் உள்ளன.

நூற்றுக் கணக்கான இத்தகைய எடுத்துக்காட்டுகள் இக்கவிதைத் தொகுதி முழுவதும் விரவி இருக்கின்றன.

தமிழ்நாட்டிலிருந்து சிங்கப்பூருக்குப் புலம் பெயர்ந்து வாழும் தமிழ்மக்கள் எதிர்கொள்ளும் சிக்கல்கள் பலவகைப்பட்டவை. வாய்ப்புகளும் வளமும் ஒரு சேர அவர்களுக்குக் கிடைத்தாலும் முற்று முழுதாகச் "சிங்கப்பூரர்" *(Singaporean)* என்ற "தேசிய" அடையாளத்தை அவர்கள் பெற்றுக்கொள்வதும் வரித்துக் கொள்வதும் எளிதல்ல. கால ஓட்டத்தில் அவர்கள் சிங்கப்பூர்/ தமிழகம் அல்லது சிங்கப்பூர்/இந்தியா என்கிற இரட்டை உணர்வை எவ்வாறு வாழ்விலும் இலக்கியத்திலும் வெளிப்படுத்து கிறார்கள் என்பது எங்களுடைய கவனத்துக்கும் கணிப்புக்கும் உரியதாகும். ஒரே நேரத்தில் ஒன்றுக்கும் மேற்பட்ட மொழிகள், ஒன்றுக்கும் மேற்பட்ட பண்பாடுகள், ஒன்றுக்கும் மேற்பட்ட வரலாறுகளுக்கு உரித்துடையவர்களாக இருப்பதே இன்றைய காலத்தின் நியதியாக மாறி வருகிறது. நாடு கடந்த, நிலங்கடந்த அடையாளங்களும் இலக்கியமும் தமிழுக்கு வளத்தையும் செழுமையும் கூட்டுகின்றன என்று சொல்வது மிகையான கூற்றல்ல.

மோகனப்ரியாவின் கவிதைகள் பெரும்பாலும் சிங்கப்பூர் வாழ்வனுபவத்தில் தோய்ந்தவை. பட்டினத்து வாழ்வைப் பாடுபவை. துரிதமாகக் காலத்தை நகர்த்துகிற பட்டின/ நகர வாழ்வு மானுடத்தின் பொறுமையைக் கூறுபடுத்துவது; மானுடத்தை எண்ணிமக் கணினிக் கோடுகளாக மாற்றுவது; செயற்கைப் பூமரங்களுக்கும் பெரிய அங்காடிகளில் நீர் ஊற்றுவது. அத்தகைய வாழ்வில் கவிதைக்கான இடம் என்ன? அந்த வாழ்வில் வரும் புதிய, செழிப்பான கவிதைகள் எப்படி இருக்கும் என்ற கேள்விகளுக்கு இவருடைய கவிதைகள் அழகும், சில வேளைகளில் ஆழ்ந்த துயரமும் மிக்க ஒரு வடிவில் எமக்கு மறுமொழி வழங்குகின்றன.

மொழியின் வளமும் செறிவும் நயமும் இத்தொகுப்பிலுள்ள பல கவிதைகளுக்கு மந்திர இசையையும் வழங்குகின்றன.

அரசியல் நுண்ணுணர்வோடும் விமர்சனங்களோடும் கலையும் இலக்கியமும் கவிதையும் வெளிவருவதில் பல

வகையான எல்லைப்பாடுகள் கொண்ட நாடு சிங்கப்பூர். அவற்றை மீறி, கலை தரும் சிறப்புரிமையை முன்வைத்து ஒதுக்கப்பட்டவர்களையும் ஒடுக்கப்படுபவர்களையும் எங்களது சுவலிமையையும் சுவலித்தமிழையும் தமிழர்களையும் நாங்கள் பாட வேண்டும் என்பது என் விருப்பம். அதற்கான விரிந்த சமூக, அனுபவ இலக்கியத் தளம் சிங்கப்பூரில் இருக்கிறது.

26.10.2024 **சேரன்**

மாயநிலப் பாடல்கள்

1. ஆசையின் ஒற்றைக்கரம்

நிராசைகள் நிரம்பிய நிலத்தில்
ஒரு குட்டியூண்டு ஆசை
அது வானத்தை அண்ணாந்து பார்க்கிறது
முறுவலிக்கிறது
வாடி விழுந்த நிராசையான
முதிரிலைகளை
மெதுவாக விலக்கி
தன் கைகளை மேல் நீட்டுகிறது.
இன்று பிறந்த இளம் பசும்புல்லே!
கருமேகங்கள் நாளை சூழக்கூடும்.
அதுவரை
எட்டாத வானத்தை
தொட்டுக்கொண்டே இரு.
அதுபோதும்.
அதுபோதும்.

❖

2. வானம் புதிது

பெயர் தெரியாத இரு பறவைகள்
கரையோரத்தில் பெருக்கல் குறியென
எதிரெதிரே பார்த்து நிற்கின்றன
அவற்றின் கால்கள் நனையும் அலை நீரில்
அவ்வுடல்கள் கூடும் பிம்பத்தில்
தலைகீழாய்ச் சிறகுகளை விரிக்கிறது
ஒரு புதிய பறவை.
பூமிக்குள் இனித் தோன்றும்
புத்தம் புதிய வானம்.

ச. மோகனப்ரியா

3. மலர்தல்

வணிக வளாகத்தின் வாசலில்
பச்சைச் செவ்வகமாய் நிறைந்திருக்கும்
குறுஞ்செடிகளின் மேலிலைகளை
சில கணங்களில்
ஊதாப்பூக்களாய் மாற்றும்
விளம்பர மின் ஒளிர்திரைகள்.
அப்பூக்களினைக் கண்டு
கடக்க மனமின்றி
திரும்பித் திரும்பி
பார்த்துக்கொண்டே
நடப்பவர்களை மட்டும்
பின்தொடர்ந்து ஒளிர்கிறது
அக்கணத்தின்
மொத்த மலர்ச்சியும்.

❖

4. புன்னகைகள் விற்பனைக்கல்ல

உயரமான மின்தூக்கிக் கதவினுள்
ஓங்கி வளர்ந்த உயர்ந்த மனிதன்
உள் நுழைகிறான்.
அவன் புன்னகைகளைக் கதவின் மேற்ச்சந்துகளில்
செருகி நிற்கிறான்.
ஒவ்வொரு தளத்திலும் கதவுகள் திறக்கப்பட
அங்கே கொஞ்சம் கொஞ்சமாகக் குதித்து ஓடுகின்றன
வீடுகளை நோக்கி சில புன்னகைகள்.
அவன் இறங்கும் தளத்தில்
இருப்புகள் தீரவே எந்த புன்னகையும்
விழவில்லை.
திரும்பி அவன் எனைப் பார்க்கையில்
சில நூறு புன்னகைகள்
இப்போது
என்னிடம் உருவாகியிருந்தன.

5. மாயக்கொக்கு

மழை விடுத்த முன் மதியம்.
நகரும் படிகளில் முன்னே
இளவெயிலைச் சிரித்தபடி
கூட்டிவரும் வெண்கன்னிகை.
வெளிர்நீலப் பூக்கள் மலர்ந்த
வெள்ளைப் பாவாடையும்
தும்பைப்பூத் துண்டென மார்க்கச்சையும்
இருத்தலின் வெளிச்சம் கூட்டுகிறது.
விருந்தென அவளின் புன்னகை
எங்கும் பரவும் மென் நறுமணம்.
அடிபட்ட இடக்காலைப் பின் தூக்கி
ஒற்றைக்காலில் நொண்டி நொண்டி
கைக்குழி தாங்கும் குச்சிகளுடன்
மூன்றாம் தளமும் கடக்கிறாள்.
கருமேகமென விரிந்திருக்கும்
தார்ச்சாலை மிதக்கும்
மாயக்குளக்கரை அடைகையில்
வெண்கொக்கென
பறந்து மாயமாகிறாள்.
இளவெயில் தொடும்
எங்களின் உடல்களுக்குள்
பேரமைதியின் ஒளி பரவுகிறது
இந்த நாளின் பின்னேயும்
வரும் நாள்களின் முன்னேயும்.

❖

6. தெய்வம்

வக்கற்றவருக்கென்று
ஒரு கடவுள் இருக்கிறார்
ஏழு கடல்
பதினேழு மலை
பல்லாயிரம் கிலோமீட்டர்
பயணப்படத் தயாராகும்
வக்கற்றவர்களைத்தான்
அத்தெய்வம் தேடிக்கொண்டிருக்கிறது.
நிலவற்ற
சின்னஞ்சிறு ஒளித்துகளுமற்ற
இரவுகளில் மட்டும்
விசும்பி அழும் அத்தெய்வத்துக்கு
ஆறுதல் சொல்லத்தான்
எந்த வக்கற்றவருக்கும் திராணியில்லை.

ச. மோகனப்ரியா

7. கோடையின் சுவாசம்

காற்றற்ற வெளி
அழுத்தும் வெம்மையுடன்
சிறியதாய் நெளியும் பொழுதுகள்.
சுவாசிக்கும் காலம்
நீண்டதாகவும் கொடியதாகவும்.
நான் விடும் மூச்சு
எப்பொழுது வேண்டுமானாலும்
நிற்கக்கூடுமென்பதான நெருக்கடிகள்.
தளிரிலைகள்
மிக மெதுவாய் அசைகின்றன
பூமியின் அவ்வளவு பெரிய
மூச்சுக்காற்றென
தாயின் சுவாசத்தை
முதன்முதலில் ஏந்திக்கொள்ளும்
குட்டி இதயத்தின் பாவனையில்.

❖

8. அதிர்வுகள்

அந்தி சாய்ந்த வேளையில்
ஒலிபெருக்கிகளால் காடு அதிர்கிறது.
பிரளயம் வந்துவிட்டதென புல்லினங்கள்
நடுங்கிப் பொந்துகளில் ஒடுங்குகின்றன.
நேற்று முன்தினம் பிறந்த பறவைக்குஞ்சுகள்
கதகதப்பைத் தேடும் மலையடிவாரத்தின் கூடு.
முடியும் மட்டும் சிறகை விரித்து
காட்டையே அணைக்கும் தாய்ப்பறவை.
பிஞ்சு இதயங்கள்
துடிக்கின்றன
பயப்படுகின்றன
பாதை மாற்றப்பட்ட ஆற்றின் கிளையும்
தண்ணீர் தேடிவரும் பெரியசாமியும்
திசை மாற்றி நடக்கவும் பணிக்கப்படுகின்றன
புண்ணியத் தலமென விளம்பரங்கள்
விமான நிலையங்களில்
ஊரைப் பிரபலமாக்குகின்றன.
ஆண்டு தோறும் இரவில்
ஒலி பெருகுகிறது
ஒரு நோஞ்சான் பறவைக் குஞ்சின்
குட்டி இதயம்
தன்
இறுதித் துடிப்பை நிறுத்துகிறது.
இரவெல்லாம் நடுங்கும்
வனத்தின் உயிரை
எங்கு ஒளித்தார்களெனத் தெரியவில்லை.
ஒருவேளை ஆதியோகி சிலைக்குத் தெரிந்திருக்கலாம்.

✤

ச. மோகனப்ரியா

9. பறவைக்குஞ்சின் இறக்கைகள் அழுகின்றன

மாலையே வந்துவிட்ட நிலவை
கரும்புகைகள் மூடுகின்றன
அப்பொழுதுதான்
தன் கூட்டிலிருந்து துரத்தப்பட்ட
அனாதரவுப் பறவைக்குஞ்சு
போரின் வன்காற்றில்
அதன் குட்டி இறக்கைகள்
வலிக்க வலிக்கப் பறக்கிறது
காணச் சகிக்காத அந்தி கடலுக்குள்
குலுங்கிக் குலுங்கி அழுகிறது
நடு இரவு தாண்டியும்
கடலின் அலைகள் ஓய்ந்தபாடில்லை.

10. வான்கோவின் கண்ணீர்

புன்னகைகளைச் சூரியகாந்திப் பூக்களுக்குள்
நமக்களித்து
கடலெனும் கண்ணீரை மட்டும்
தன் கண்களில் ஏந்தி
தளும்பவிட்டிருக்கிறார்
வான்கோ.

வலி தரும் அதிகாலையையும்
அந்தியையும் வரைந்தவரின்
சஞ்சலங்களும் துயரங்களும்
கவிந்திருப்பதாய்க் காட்டுகின்றன
அவர் தன்னை வரைந்த முகங்கள்.

அவர் நிலம்
விண்மீன்களின் இரவுகளால்
ஒப்பற்ற காட்சிகளில்
சுழல்கிறது.

என்றும் காயாத ஈரமாய்
ததும்பும் கண்ணீர்
ஒளிர்கிறது
ஓவியத்தின்
மஞ்சள்வெளியெங்கும்.

11. நித்திரை

பெய்து கொண்டிருக்கும்
பெருமழையோ
வீசிக்கொண்டிருக்கும்
வன்காற்றோ
ஏதுமிங்கு
கட்டட கீழ்தளத்தில்
செய்தித்தாள் விரித்து
ஆழ்ந்து உறங்கிக்கொண்டிருக்கும்
பெயர் தெரியாதவரின்
நித்திரையை
துன்புறுத்தாதிருக்கட்டும்.

✦

12. பிடிப்பு

எல்லாக் கைகளாலும்
எல்லாப் பொழுதிலும்
கைவிடப்பட்ட கைகளை
சின்னஞ்சிறு அல்லித்தண்டு விரல்கள்
பற்றியிருக்கிறது.
அது 'ம்மா...!' என அழைக்கிறது.

❖

13. பிரிவினைகளின் முதல் விதை எப்போது நம் தலைகளில் விழுந்திருக்கும்?

ஆதி குகை ஓவியங்களினை வரையும்
கலைஞனின் திறன்மேல் வந்த போட்டியாலா?
நதிக்கரையோரத்து இனக்குழுக்களின்
படைபலத்தின் அளவாலா?
கருப்பு வெள்ளை நீலம் பழுப்பென
மனிதர்களின் கண் முடி தோல் ஆகியவற்றின் நிறத்திலா?
கவர்திறன் காளையர் கொண்ட கன்னிகளின்
எண்ணிக்கையாலா?
வேட்டையாடி வீரம் பறைசாற்றப்படுவதின் போர்
குணத்திலா?
இயற்கைச் சீற்றத்தில் விளைந்த பயத்திலா?
கல்லிலும் காற்றிலும் நம்மில் ஒருவராய்
அரூபமாய் ரூபமாய்
அவரவர் கடவுளை உருவாக்கியதன்
பெருமை பீத்தலிலா?
பண்டமாற்றுகள் மறந்து
பணம் கண்டுபிடித்த நாளிலா?

முச்சந்தி அரசமரத்தடி பிள்ளையாரும்
குழந்தை ஏசு திருக்கோவில் இருக்கும் தெருவும்
இணையும் புள்ளியில்
மசூதி நிற்கும் அழகினை மறுக்கத் தொடங்கிய கணத்திலா?
வருடமொருமுறை பிரம்மாண்ட பிள்ளையார்
சதுர்த்திக்காய் முளைத்து
பக்திக்கூச்சல்களில் கலங்கி
ஒளிந்து நிற்கும்
அப்பாவி அரசமரக் கணநாதர்களாகும்
சிறுபான்மையினராலா?
அல்லது
மனிதர்களுக்கிடையே சுவர் எழுப்பி
தன் கல்லறைகளுடன்
நடமாடுவோரின் திருக்கரங்கள்
செய்யத் துணிந்த
ஆகச்சிறந்த மனிதநேயச் செயல்பாடான
குடிநீர்த் தொட்டியில் கலந்த
மலத்தினாலா?
✦

14. அற்றல் வெளி

ஔிர்ந்துகொண்டிருக்கும் ரோஜாவின்
இதழ்களின் மீதும்
குறுமழை தூரலில் சிவக்கும்
சூரியனின் ஈரத்துகள்களின் மீதும்
என் கவிதையை எழுதுகிறேன்.

கட்டிடங்களின் உயர்ந்த
கண்ணாடிச் சாளரங்களில்
பகையையும் அன்பையும்
ஒருசேர எழுதுகிறது காலம்.

வெறுமை சூழ்ந்த பூங்காக்களிலும்
எல்லை மீறலின் குற்றத்தழும்புகளை
முப்பொழுதும் தாங்கும்
மரங்களின் வரிசைகளுக்குள்
தன் இருப்பைத் தக்கவைக்க
பாய்ந்து சிறகடிக்கும்
புறாக்களும் மைனாக்களும்.

முள்வேலியிடப்பட்ட தொழிற்சாலையின்
சுவர்கள்மேல்
வெற்றுப் பெருமைகள்
தன்னம்பிக்கைக்கு வழியற்ற சொற்கள்
சுயத்தைத் துடைத்தெறியக் கோரும் வாக்கியங்கள்
எழுதப்படுகின்றன.
அதிகாரம் ஒரு குடுவையைப் போல்
சாக்காலத்தின் மீது கவிழ்க்கப்படுகிறது.

நான் குடுவை உடைத்து பூத்திருக்கும்
பூச்செடியாகின்றேன்.
அதிகாரங்களின் அற்றல்
வெளியெங்கும்
குவிய ஆரம்பிக்கையில்
துலங்கத் தொடங்குகிறது
பூமிப்பந்து.

❖

34 ச. மோகனப்ரியா

15. அக்கணத்தில் இருத்தல்

அடர் மழையில்
பாதையுடன் சல்லாபிக்கும் சருகுகளை
கடக்கிறது ஒரு உடும்பு

ஊர்ந்து நகர்ந்து
முன்னேறும் அதன் பிளவுண்ட நா
வாய்க்காலை ஒட்டிய பாதையை
இரு பிரிவுகளாய்
முன்னே வருவோருக்கு
பரிசளிக்கிறது

கனவுக்கும் நினைவுக்குமான இடைவெளிகளை
அவ்விரு பாதைகளுக்குமிடையே வருபவர்கள்
நிரப்பிக்கொள்கிறார்கள்

அக்கணத்தின் சாட்சியாய்
படம் பிடிப்போர் தன் காலத்தினை
கை நழுவ விடுகிறார்கள்

தனக்கான பாதையில்
தன் பிடியை
வைத்திருக்கும் உடும்பு
கடக்கிறது
மகாமகத்தின் முதல் யானையின்
பெருமிதத்துடன்.

✤

16. கால விளையாட்டு

கால விளையாட்டுகளில்
உருண்டு கொண்டிருக்கிறது
கானற்பெரும் விண்மீன்.
ஆகாசவாணிபோல் வசீகரிக்கும்
சமிக்கைகள் கேட்கின்றன.
பசியோடு விளக்கேற்றி
கூட்டுக்குள்ளேயே
சிறகடிக்கும் பறவைகளில்
விண்மீன் பிடிக்க ஓடும்
குஞ்சுப் பறவையைக் கண்ணுற்று
பதற்றமாகின்றன முதிய வேர்கள்.
வீதியில் யாரோ இட்ட
இழுவிசையில்
தத்தி வரும் விண்மீனின்
கூர் முட்கள் வழியே
பிரகாசமாக விளிக்கின்றது
'. . . ம்மா!' வென
காலனின் எருமை
சவக்கிடங்கில் அடக்கம் செய்த
குருவிகளின் கூடுகளுக்கு
தீ வைப்பதில் குறியாயிருக்கிறது
இராசாளிப்பறவை.

36 ச. மோகனப்ரியா

17. சிலையின் பதற்றம்

வாசிக்கப்படுவது
எதுவென புரியாது
உற்று நோக்கிக்கொண்டிருக்கிறது
உன்னையும் என்னையும் போலவே
ஒரு பூனை.

உள்ளிருந்து அவன் அன்னை
சிறுவனை அழைப்பால் வாசிக்க,
சிறுவன் தன் குழலால் வாசிக்கிறான்
பூனையை.

இருவரின் உலகிலும்
ஒலி ஊடுருவிப் பெருக்கெடுக்கிறது
யாருமற்ற அந்தத் தெருவில்.

இசையால் சிலையான
பூனையினைத் தெருமுனையில்
நிற்க வைத்தனர்.
எந்த நேரமும் உடைக்கப்படலாம்
என்ற பதற்றத்தில் இப்பொழுதும்
அச்சிலை மெல்ல நடுங்கிக்கொண்டேயிருக்கிறது.

❖

18. அர்த்தநாரி

மருதாணி இலைகளில் துளிர்விடும்
இளஞ்சிவப்புச் சிற்றிதழ்களின்
நிறத்தில் சிவந்திருக்கும்
பாதங்களைக் கொண்டு
உதைத்தழுகிறது
கழிவறையொன்றில்
ஒருத்தி பிரசவித்துச் சென்ற
சிசு.

மகளா மகனா
சாயலில் யார்
என்றவள் பார்த்திருப்பாளா?

அழுத கூக்குரலில்
செவிமடுத்து
ஓடி எடுத்தாள்
அர்த்தநாரியொருத்தி

பாலற்ற தன் மார்பில்
அழும் சிசுவைக் கதகதப்பூட்டி
பேக்கரியொன்றில்
சுடுபாலுக்காகக் காத்திருக்கையில்
அவள் ஆடையினைச் சப்பி
தன் பசியை ஆற்றிக்கொண்டிருந்த
குழந்தையின் வாயில்
வழிந்தோடியது அவளுக்கான
பரிசுத்த பூரணத்துவம்.

✤

19. ஈரம்

வாசற்படியில் விழுந்து
அடிபட்ட பின்னான காலத்தில்
படுத்த படுக்கையாகிவிட்ட பாட்டியிடம்
சாளரக் கண்ணாடியில்
அவளிட்ட ஓவியங்கள் தினம்
பேசத் தொடங்கியிருந்தன.

மகனுக்கு மகளாகி
அனைத்தும் செய்ய வைக்கும்
அவள் முகத்தில்
பேச்சற்று வீற்றிருந்தது
ஒரு தேவதையின் சாயல்.

மருமகள் வைத்துவிட்டுப் போன
காய்ந்த தோசைகளினை
பிட்டு வாயில் வைக்கிறாள்
மழையீரத்தில் ஊறிய சுவரென
அதை விழுங்குகிறாள்.

நடைதாங்கி உதவியில்
கழிவறைக்குப் பகலில் நடந்தாலும்
இரவினில் போடும் இடையடைத்துண்டை
காலையில் மாற்ற வரும் மகனிடம்
ஈரத்தின் வாசத்தைச் சகிக்க ஒண்ணாது
எப்படிச் சொல்வதெனத் திகைக்கிறாள்
'இரவிலும் நானே கழிவறை செல்கிறேனே'
என்ற ஒற்றை வாக்கியத்தை.

✤

20. தேடல்

இறந்த என் அப்புச்சியோ
இருக்கும் உன் ஆத்தாவோ
எல்லாமுமாய் இருக்கிறார்கள்
ஏதோ ஒரு வாழ்வின் நொடியொன்றில்.

வெள்ளை முடியும்
வெள்ளைக்காரத் துரையெனவே மின்னும்
என் அப்புச்சியின் கண்ணை ஒத்த
ஒரு முதியவரினைக் காண்கிறேன்
ஏதோ ஒரு அவசரப் பொழுதொன்றில்.

புஷ்பராகக்கல் கம்மலில் மின்னும்
சிவந்த குள்ளமான ஆத்தாவின்
சாயலில் சீனப்பாட்டி தமிழ் பேசுகிறாள்
வசந்தத்தின் அலைவரிசையில்.

உணவுக்கடைகளில் வேண்டுமென்றே
வெளியில் அமர்கிறேன்.
சிதறவிடும் உணவினை எடுக்க
என் ஊரில் அம்மாயியோடு நான்
பிடித்து விளையாடிய சிட்டுக்குருவிகள்
வரக்கூடுமென்ற ஆவலில்.

இன்னும் தேடிக்கொண்டே இருக்கிறேன்
மூன்று வயதில் தோசை
ஊட்டிய அப்பாவின் அப்பாவை.
பேருந்திலும் ரயிலிலும்
கண்ணாடியணிந்து கூன் விழுந்த
வழுக்கைத் தலையோடு
எண்பதுகளைக் கடந்த
கொஞ்சம் மாநிறத்திலிருக்கும்

யாரோ ஒருவரின் முகங்களில்.

✤

21. கசந்து ஊரும் நத்தை

இந்த மாலையானது பாம்பென இனிவரும்
கோடைகாலத்தையும் சேர்த்து
விழுங்கக் காத்திருக்கிறது.
இருள் சூழாத கட்டிடங்களின்
ஆறு மணிமேல்
கசந்து ஊர்கின்றன நத்தைகள்.
எச்சரிக்கை முகக்கவசங்களுக்குள்
சுணங்கிப் படுத்திருக்கின்றன
யாரிடத்தும் பகிரப்படாத துக்கங்கள்.
தூரத்தில் தன் கடைசி சருகையும் இழக்கும்
மொட்டைமரத்தின் அழுகுரல்
செவ்வானக் கீற்றோடு
மெலிந்துவருகிறது.
ஓடும் பேருந்தினுள் அருகமர்ந்த இளைஞனுக்கு
ஏழுகடல் தாண்டிக் கிட்டிய
ஆதிப்பனிக்குடம் உடைந்த செய்தி
விடயெனத் தீண்ட
அவனின் கை நடுக்கமென
நடுங்கி அடங்குகிறது
ஒரு பொழுது.

❖

22. காலணிகளின் காதை

மிதிபடும் சாத்தியங்களை
உள்ளடக்கியே வைத்திருக்கின்றன
காலணிகள்.
இருந்தும் மென்மையின் கருணையில்
பற்றுக்கொண்ட பாதங்களை
அவை ஒரு நாளும் தண்டிப்பதில்லை.
தன் முதுகில் ஏற்றவிருக்கும் முட்களை
கிரீடங்களாகத் தரித்து
வலம் வருகின்றன.
கால் இடறுகையிலெல்லாம்
தன் மேல் மட்டும்
அவச்சொற்களை
சேகரித்துக்கொள்கின்றன
மௌனமாய்.

இருந்தும்
எளியவருக்கு ஈவதையே
வலியோர்க்கும் ஈந்து
தேய்ந்துகொண்டிருக்கும்
அவை
நதிமேல் அலைவுறும் பிம்பங்களென
கானல் சுவடுகளில்
முதிர்ந்து மறையக் காத்திருக்கின்றன.

❖

ச. மோகனப்ரியா

23. வெட்டப்பட்ட மரங்களின் குரல்

கதழும் சிறு குருவியின் படபடப்பில்
இழந்த அடையாளத்தினை
நத்தைக்கூடுகளில் வாழும்
வறியோருக்கான வரலாறுகளென
வெட்டுண்ட கிளையின் இலைகள்
தெருவெல்லாம் பகிர்ந்தன.

சுனை நீரின் தேன்சுவை
பாகலாய் மருவி, பின்
பாலையான கதையை
கோ—வின் முன் கைகொட்டித் தொடங்க
எங்கும் பிரசவிக்கிறது
ஒடிந்த மரத்தில்
பாணன் அமர்ந்திசைக்கும்
ஒடுக்கப்பட்ட கிளைகளின் ஆதிச்சினம்.

நடந்தேகிய கால்களில்
உடைமரத்தின் சுள்ளிகள் இனி
கீறுவதில்லையெனத் தீர்மானித்த
இறுதி மழைக்காலத்தில்
சோர்ந்த குழந்தைகளுக்கு
அமுதமூட்ட முளைகிறது
தொடுத்துக்கொண்டிருக்கும்
கடைசிக்கிளை.

துயரூறிய விழுமியங்களின்
இறுதி மூச்சுக்களை
இன்னும் நிறைசூலியின் ஓலமென
காற்றில் பேயாட்டம் ஆடி
பறையடிக்கின்றன
பல ஆணிகள் ஏறிய பேய் மரத்தின்
பிண்டமான கிளைகள்.

❖

24. கதலிப்பூக்களாகும் மனிதர்கள்

சிராங்கூன் ரயில் நிலையத்தில்
நகரும் நடைபாதையில்
ஏறி ஏறி எங்கு போய்ச் சேர்கிறார்களென
தெரியவில்லை.
நடந்தவாறும் நின்றவாறும்
ஆரஞ்சுப் பழங்களாகி உருளும் மனிதர்கள்
சாலையோர மரங்களின்
கதலிப்பூக்களாக மாறவே
பயணிக்கிறார்கள்.
ஒருத்தி இதையெல்லாம் தவிர்த்து
மிக மெதுவாய் அகண்ட பாதையில்
நடக்கிறாள்.
அவள் நடந்து நடந்து
எப்போது மறுமுனை
அடைவாளெனத் தெரியவில்லை.
அதற்குள்
அவள் கடக்கும் ஆரஞ்சுகளை
நிதானித்துக் கண்டுகளிப்பாள்.
பின்தொடரும் குழந்தைகளை
புன்னகையோடு வழியனுப்புவாள்.

இறுகப்பற்றிய கரங்களோடு
காதலித்து நடப்பவர்களில் ஒருத்தியாக
தன்னைக் கற்பனைசெய்து குதூகலிப்பாள்.
வியர்வையைக் கண்டுகொள்ளாது
தனித்து ஓடிக்கொண்டிருக்கும்
முதுமைகளின் நம்பிக்கைகளைச் சேகரிப்பாள்.
பின்
அவள் நகர்ந்துகொண்டே இருக்கும்
ஊதா நிற கதலி மலர்களின் தோட்டத்தை
கற்பனைசெய்வாள்.
அதில் நுழைந்து
பயணிக்கும் அவளுக்கு
இறங்கும் வழியை
யாரும் உரைக்காதிருந்தால் போதும்.

25. சாபா மீனின் சாபம்

சுடும் கல்லின் மேல்
துடிக்காது கிடக்கும்
ஒரே நேர்கோட்டில் வெட்டப்பட்ட
அரையுடல் சாபா மீனின்
ஒற்றைக் கண் வழி
கடந்த காலத்தைப் பார்க்கிறது.

முன்னொரு காலம் இருந்தது.
கொரிய உணவுக்கடையில்
முழு சாபா மீனாய் நாம் இணைந்து
பசியில் ருசித்தத் தருணம்.

கூடலின் மத்தியில்
இரையிட்டதும் விட்டுச்சென்ற
வளர்ப்பு மீன்தொட்டியின்
இணை மீனினைப் போல
வேலை நிமித்தம்
அலைபேசியினை மட்டுமே
தழுவிக்கொண்டிருக்கும்
உன் கரங்களைப் பற்ற இயலாது
தவிக்கும் கைகளுக்குள்
காலம் திணித்திருக்கும்
முள் கரண்டிகளின் ரணம்.

விளங்கிக்கொள்வதற்குள்
வீங்கிய பொருளாதாரம்
இதோ பிரித்துவிட்டது ஒரு மீனை
இரு பாதி உடல்களாக
இனி ஒன்றாக்கவே முடியாதென
நம்ப வைக்கும் அத்தனை சாத்தியங்களோடும்.
எனக்கு இப்போது இருக்கும்
பயமெல்லாம்
நம் பிணைப்பும் இப்படியொரு
வலுவிழந்த காலத்தின் நேர்கோட்டில்
துல்லியமாகப் பிரிக்கப்பட்டுவிடுமோ என்பதும்,

யாரால் உண்ணப்படுவோம் என்பதே
அறிய இயலாத துக்கத்துடன்
இருவேறு மேசைகளில்
பாதி உடல்களாய் காத்திருக்கும்
சாபா மீனாய்
நாம் மாறிவிடுவோமோ
என்பதும்தான்.

❖

26. சாய்ந்திருப்பதெல்லாம் மாயத்தோள்கள்

கதவுகளற்ற
இருளின் கனவுக்குள்
சுவர் தகர்த்து
ஏழாவது முறையாக
நுழைகிறேன் நான்.

குளக்கரை ஈரம் சொட்ட
படியேறுகின்றன என்னோடு
சில அல்லிகள்.

அரசமரத்தின் காற்று
மேனி தொட்டு
எங்கோ செல்ல முயல்கிறது.

காத்திருப்புகளின் ஓலத்துடன்
நிறைசூலியின் பிரசவ வேதனையை
கிளைகளில் அமர்த்தும் நேரம்
குயில்கள் ஏனோ
தப்பிய ராகங்களை மீட்டுகின்றன.

கற்சிலையினைச் சுற்றி
ஒரு வட்டமெனச் சூழந்திருக்கும்
செம்பருத்திகள்
என் போலவே வலம் வரும்
மஞ்சள் முகங்களின்
மௌனத்தைப் படம்பிடிக்கின்றன.

அருகிருக்கும் சாலையில்
நிதானமாகக் குலுங்கி
குளம் பூத்த அல்லிகளின்
துயர் துடைக்கும் பாடலென
லண்டன் பாலத்தைக்கடக்கிறது
மழலையர் பள்ளியின் பேருந்து.

கவியும் மேகங்கள்
மிக மிக மெல்லியதாக
தூறலுக்கும் அதன் தொடக்கத்துக்குமான
இடைப்பட்ட துளிகளை
வெண்ணெல்லிப் பூக்களென
பொழிகின்றன.

அனைவருக்குமான
அருளெனப் பற்றி நின்று
கைகள் விரித்து
நாள்களை எண்ணுகிறேன்.

மாயமெனக் கைகளில்
வந்து விழுகின்றன
இரண்டு குளிர்ந்த
ஆலங்கட்டிகள்.

இதுவரையில் அத்தனையும்
நம்பத் தொடங்கியிருந்தேன்
ஆயினும்
உண்மையில் இப்பொழுது
நான்
நிற்கவேயில்லை.

பக்கத்தில் அதே இரண்டு
குளிர்ந்த ஆலங்கட்டிகளுக்கு
கைகால் முளைத்து உறங்க,
உன் மாயத்தோள்களெனும்
பிரசவ அறையின் படுக்கையில்
சாய்ந்தேயிருக்கிறேன்
நான்.

❖

27. ஒளிப்படத்துக்குத் தானறியாமல் தலைசாய்க்கும் கவி

படமெடுக்கும் தருணங்களில் எப்போதும்
தானறியாமல் தலைசாய்த்து நிற்கும் கவி
என்ன கவிதை எழுதுவாள்?
அவள் சாய்ந்துவிட்ட
தன் உலகத்தை உற்றுப் பார்க்கிறாள்.
புயலில் சிக்கி வீழ்த்தப்பட்ட மரமென
தலை அசைக்க மறுக்கிறாள்.
மரங்களும் விளக்கு கம்பங்களும்
சாய்ந்திருக்கும் தன் உலகம்
பழுதாகிச் சாய்ந்து நின்றுவிட்டதை
சாயாத பிற உலகங்கள்
வழக்கத்தைவிட
வேகமாகச் சுழல்வதை
சாய்ந்தபடியே கண்ணுறுகிறாள்.

படம் எடுக்கையில்
தானறியாமல் தலைசாய்த்து நிற்கும் கவி
சாய்ந்த தன் உலகத்தை
கைகளால் நிமிர்த்தப் பார்க்கிறாள்
கால்களால் எத்துகிறாள்
அதைச் சரிசெய்ய இயலாதபோது
ஏழு பிரபஞ்சங்களுக்கும் அப்பால்
கருந்துளையினுள் எப்படிப் புதைப்பாள்?

50 ச. மோகனப்ரியா

எப்போதும் ஒருபுறம் மட்டும்
தலைசாய்த்து நிற்கும் கவியின் வானத்தில்
நிலவு தலைகுப்புறச் சாய்ந்திருக்கிறது
நட்சத்திரங்கள் ஒரு முனை இழுபட்டு
கோணலாகி மின்னுகின்றன
உதயமும் அந்தியும்
சாய்ந்த வானத்தில் நீள்வட்ட ஆரஞ்சுப்பழத்தால்
நிகழ்த்தப்படுகின்றன.
பறவைகள் பொம்மலாட்டக் கயிற்றால்
அங்கும் இங்கும் அலைக்கழிகின்றன.
மிச்சமிருக்கும் பொருட்கள்
சாயத் தொடங்குவதை
சாய்ந்த மரத்தில் சாய்வாக
அமர்ந்திருக்கும் பறவையுடன்
தன் சாய்ந்த தலைகொண்டு
கண்ணுறுகிறாள் அக்கவி.
பின்
மெல்ல அவள் சாய்ந்து நடக்கும்
சாய்வான பாதைகள்
சரிவுகளில் முடிவதை
அதில் அவள் உருண்டு உருண்டு
கவிதைகள் புனைவதை
சாய்வான மலைகள் பார்த்துக்கொண்டிருந்தன.

O

தானறியாமல் தலையை 45 பாகை கோணத்தில்
சாய்த்து நிற்கும் அவளை
ஊரில் திடீரென
அரசியல்வாதியாக்கத் திட்டமிட்டார்கள்.
இடப்புறம் சாய்ந்த அவள்
கழுத்துக்குக் கட்சிகள்
சிவப்பு ரோஜா மாலைகளைப் பரிசளித்தன.
மேடைப் பேச்சுகளில்

அவள் தலை நேராகாமல் பார்த்துக்கொள்ள
ஆட்கள் நிறுத்தப்பட்டார்கள் .
எப்போதும் சாய்ந்தபடியே இருக்க
அவளைப் படம் எடுப்பதே
காரணமெனக் கண்டுகொண்டபின்
எப்போதும் வெளிச்சத்தில் மூச்சுமுட்ட
அவள் மேடைவிட்டு இறங்கி
மகிழுந்து ஏறும்வரை
படமெடுத்தார்கள்.

வீட்டின் பால்கனியில்
எப்போதேனும்
வானத்தைப் பார்க்க நிமிர்கையில்
சாய்வை நேராக்க
அவள் மிகுந்த முயற்சி எடுத்தாள்.
அப்படி ஒரு நாள்
முயல்கையில்தான்
வானம் மின்னலை வெட்டி
அவளை இப்பிரபஞ்சத்துக்கு அறிமுகப்படுத்தியது.
❖

உள் உறை வெளி

28. ஞானத்தின் இனிமை

பொடிப்பூக்கள் எனக்கு இனியவை.
சின்னஞ்சிறிய இதழ்களில்
பளீரென்ற நிறத்துடன் உறக்கத்தில்
தனக்குள்ளேயே சிரித்துக்கொள்ளும்
பிறந்த குழந்தைகளென
காண்பவர்களை அதற்குள் பதுக்கும்
சூத்திரம் தெரியுமதற்கு.
உண்மையில்
சூத்திரங்களற்ற ஒரு ஏகாந்தம்
ஒளிரும் நித்தியப்பூக்கள் அவை.
தன்னைக் காணும் எதையும்
சுத்தமாக்கிவிடும்.
சிலசமயம்,
வானத்தில் கார்மேகங்கள் வெண்மையாவது
அப்படித்தானென நினைக்கவைக்கும்
மாயம் கற்றவை.
கூட வரும் மழைக்கு
அச்சிறு பூக்கள்
தன் நிறத்தைக் கொஞ்சம்
பரிசளிக்கின்றன.
முதிர்ந்து மண் சேர்வது
உறுதியான நாளில்
புதியவை விளைவிக்க
சத்தமின்றி அவை
காற்றுடன் கிளம்பிவிடுகின்றன.

2.
மூர்த்தி சிறிதாயினும்

எப்போதேனும்
சின்னஞ்சிறியவைகளில்
காண வாய்க்கிறது பெரியவை.

உருண்ட வெண் தங்கம் தாங்கும் சிப்பி
ஒரு கூடை பன்னீர் ரோஜாக்களுக்கிடையே
நமக்குப் பிடித்தமானவர்களின் முகம்
ஏதேனும் ஒரு மரக்கிளையின் தளிரிலைகளில்
மழைத்துளிகளின் தோரணம்
சின்னஞ்சிறு அந்தி நேரத்தை நிரப்பும்
எதிர்பாராத குயிலின் குரல்.
நிரந்தரமற்ற சிறியவற்றின் மேல் ஏற்றப்படும்
பெரியவை இந்த வாழ்வுக்கானவை
ஒரு நிழலுக்கும் மறு நிழலுக்குமான
இடைப்பட்ட காலத்தில்தான் நிகழ்கிறது
எல்லாமும்.

✤

29. விழிப்பு

கனவில் விரிந்தது
அரவமற்ற குளம்
யாரோ
சிறு கற்களை வீசியெறிகிறார்கள்
ஆழத்தில்
மௌனத்தில்
வீழ்த்தப்படும் கற்களுக்கு
யாரும்
எப்போதும்
பொறுப்பேற்பதில்லை.
குளம்
அவ்வளவையும்
தன்னுள் பாதுகாக்கிறது.
நூற்றாண்டுகளாக
தமக்குள் உருவாக்கும்
பெருமலையொன்றை
ஒருநாள் வெகுண்டு எழுப்புகையில்
குளம் கடலாகும் மாயத்தை
விளங்கிக்கொள்ள
உறக்கத்திலிருந்து
ஒருமுறையேனும் நாம்
விழிக்க வேண்டுமாய் இருக்கலாம்

✤

30. நம்பிக்கை

ஏதுமற்ற வெளியில்
சொற்களை எங்கு ஒளிப்பது?
தூரத்து மரக்கிளையில்
அமர்ந்திருக்கும் மாங்குயில்
மீண்டும் பறக்க
எது வேண்டுமாய் இருக்கும்?

இக்கணத்தில்
இவ்வெளியில்
மொழியற்ற மௌனத்தில்
நிகழ்பவை
எவ்வித நம்பிக்கைகளையும்
கொடுப்பதாய் இல்லை.
இருந்தும்
தினம் உதிக்கும் கதிரவனின்
விசையுறு ஒளியில்
யாரோ வீசிய பந்தென
மிதந்து அலைகிறது
இப்பாழும் மனம்.

✦

ச. மோகனப்ரியா

31. சொற்கள்

சீனிப்புளியங்காய் மரத்தில் அமரும்
பறவைகளிலிருந்து என் சொற்கள் பிறக்கவே விரும்பினேன்.
சுருளச் சிவந்த அதன் கனிகளில்
விளையும் சொற்களையே நான் எழுத விரும்பினேன்.
சாம்பிராணிப்புகை சூழ மயிலிறகால்
வருடும் கருணைமிகு சொற்களையே எழுத விரும்பினேன்.
துயர மலர்கள் பூக்கும் வாழ்விலிருந்து
எப்போதேனும் கிட்டிடும்
அன்பின் சொற்களையே கோர்க்க விரும்பினேன்.
ஆனால்
மலரும்முன் பழுப்பேறி
விழும் செம்பருத்தி மொக்கிலிருந்து
என் சொற்கள் உதிர்கின்றன.
பிரிவுகளில் தனிமை படர்ந்த
சிதிலமடைந்த வீட்டின்
அழுகுரலிருந்து அவை தேம்புகின்றன.
கொடும் கோடைக்காலத்தின்
வெறுமையான நண்பகல் துக்கமென
என் சொற்கள் வருகின்றன
மேலும்
உங்களின் கட்டைவிரல்களால் நசுக்கப்படும்
சிவப்பெறும்பின் உடையாத ஒரு காலென
நிமிர்கின்றன என் சொற்கள்.

❖

32. வண்ணமிழக்கும் மயிற்பீலிகளின் கண்கள்

பச்சிளம் குழந்தையொன்று சில நாட்களே
தங்கிச்சென்ற வீடு
கதவுகளாலும் சாளரக் கண்ணாடிகளாலும்
தன்னைத்தானே சுருக்கி
அணைத்துக்கொள்கிறது.

தீபத்தின் குறுஞ்சுடரால்
மங்கலான ஒளியில்
மின்னிய வரவேற்பறை
பொலிவிழக்கிறது.

குழந்தையின் உறக்கம் படிந்த
தரையும் விரிப்பும்
தன்னைத்தானே தேடியலைந்து
அமைதியற்றுப் படபடக்கின்றன.
சில நாட்களாய் வீடு முழுக்க
மிதந்துகொண்டிருந்த
மயிற்பீலிகளின் கண்கள்
வண்ணமிழக்கின்றன

அதுவரை ஏந்திய
எடையற்ற பூக்களின் நறுமணங்கள்
இல்லாமலாகின்றன
புழுக்கம் நிறையும் நாள்களை
தன்னுள் பதுக்குகின்றன
மலர்கள் பூத்துக்குலுங்கும்
அச்சின்னஞ்சிறு
இளஞ்சிவப்புப் பாதங்களை
மீண்டும் ஏந்தி வர வேண்டி,
காற்றடிக்கும் ஒவ்வொருமுறையும்
கதக்கல் வாசனையை மட்டும்
தூதனுப்பி வைக்கிறது
வீடு.

✤

33. ஒரு சிறிய இடைவெளிக்குப் பிறகு

ஒரு விம்மலுக்கும்
மறு விம்மலுக்கும் இடையே
கனவு காண்கிறேன்
விண்மீன்கள் சிதறுகின்றன
சில கருந்துளைகள் உருக்கொள்கின்றன
அந்தரத்தில் மிதக்கின்றன
எனக்கானதாகவும்
நமக்கானதாகவும்
ஒளி உமிழும் கண்ணீர்த்துளிகள்.
✦

34. வாழையடி வாழை

மலரொன்று உறங்கிக்கொண்டிருந்தது
முழுவதும் மூடிய விழிகளில்
உறைந்திருந்தது சிறு புன்னகை
கனவுகளில் மிரளும் முகச்சுளிப்பு
வெளியின் இரைச்சல்களென
அறையின் உரையாடல்கள்
எதையோ, எங்கோ,
யாரோ திடீரென உருட்டும்
சின்னஞ்சிறு அரவங்களால்
உறக்கத்திலேயே அதிர்ந்து
கைகளை அணைப்புக்காய்
அவ்வப்போது காற்றில் துழாவும்
பிறந்து சில நாள்களேயான
பச்சிளம் குழந்தை.
பாதுகாக்கும் பனிக்குடம் விட்டுவந்த
சின்னஞ்சிறு மலரே!
வெளியின்
இருப்பின் சாகசங்கள்
ஆரம்பிக்காத இத்தருணத்தின் பூவே!

நெடும் பயணத்தின் முதல் நாளிலிருக்கும்
உன்னை ஏந்திக்கொள்கிறேன்.
அரவணைப்பின் சுகந்தத்தில்
உறக்கம் தழுவிப் பிரகாசிக்கும் உன் முகத்தால்
துக்கம் மேலிட உன்னைத் தொட்டிலில் இட்டு
மொட்டை மாடிக்கு ஓடிச்சென்றேன்.
கைகளிரண்டை விரித்து
அந்தியின் முன் வெகு நேரம் நின்றுகொண்டிருந்தேன்.
மேகங்களுக்கிடையே வந்த கீழ்வானச் சிவப்பு
உன் சிவந்த மலரிதழ் பாதங்கள்
என் முகத்தில் பட்டதும் கொண்ட
மிருதுவைப் போலவே
வந்தெனைத் தழுவிக்கொண்டது.

❖

35. கேட்கப் பழகுதல்

மூச்சுவிடச் சிரமமாயிருக்கும்
தருணமொன்றில்தான் உதவியெனக் கேட்கத் தோன்றும்
தூரத்திலிருந்து அப்போதுதான்
வேகமாக வந்துகொண்டிருக்கும்
ஒரு பழைய துக்கம்.
உதவுபவர்கள் அருகாமையிலேயே இருக்கிறார்கள்.
வாயைத் திறந்து கேட்க வேண்டும்
அவ்வளவுதான்.
கேட்பதற்காய் முயற்சிக்கும் முகத்தில்
திறக்கும் வாயிலிருந்து
உடனேயே ஒலி எழும்புவதில்லை.
முதலில்
பொழுதும் உறக்கமும்
ஒன்று சேர மறுக்கிறது.
உதவி கேட்கத் துடிக்கும்
குரல்வளையை உள்ளிருந்தே
தடுக்கிறது உருவமற்ற ஒன்று.

பின்பு
உள்ளே ஒரு போர் மூள்கிறது.
நீண்ட போராட்டத்திற்குப் பின்
அது வீழ்த்தப்படும் நாளில்
உதவிக்காய் எழும் குரல்களை
நீங்கள் கேட்கலாம்.
பல நேரங்களில் அது
உங்களின் குரல் போலவும்
ஒலிக்கலாம்.

✦

36. மறத்தல் என்பது

உண்மையில் மறத்தல் ஒரு பாவனை
துக்கத்தை இன்னொரு துக்கத்தால்
மூடும் செயல் போன்றது
ஒன்றை மறக்கப் பழகுவதென்பது
மீண்டும் அதைத் தொட்டுத்தொட்டு
சரி பார்ப்பதைப் போன்றது
அங்கேயேதான் இருக்கிறதா
அவ்வளவும் போதுமா என
எப்போதும் கேள்வி கேட்கும் மனதுடன்
போராடுவதைப் போன்றது
நெடுநாள் மனதிலிருந்த அன்பின் சாயல்
எங்கும் தட்டுப்பட்டுவிடக் கூடாது எனும்
பதற்றத்தில் உலவுவதைப் போன்றது
நினைவுகள் தடம் புரளும் நாளில்
மறக்க வேண்டியவற்றைவிட
அதைச் சார்ந்தவர்களின் பெயர்கள்
முதலில் மறந்துபோகின்றன
பின்
வானம் முழுவதுமாக இருண்டுவிடுகிறது
அதைப்பற்றிய விவரங்கள் கொஞ்சம் கொஞ்சமாய்
இருளில் கரைகின்றன
இறுதியில்
மறக்க நினைக்கும் ஒன்றை மட்டும்
விடிவெள்ளிபோல்
இன்னும் நினைவில் வைத்திருக்கும்
பகல்களில் உலவுகிறோம்.
உண்மையில் ஒன்றை மறப்பதென்பது
அதைச் சார்ந்தவற்றை மறப்பது
அந்த ஒன்றை மட்டும்
எப்போதும்
மறப்பது அல்ல.

✤

ச. மோகன்பிரியா

37. ஆற்றுப்படுதல்

அடர் தனிமை தாங்கி நிற்கும்
செம்பருத்திச் செடி
நிதானமான மதிய வெயிலில்
ஒளிர்ந்துகொண்டிருக்கும்
இளஞ்சிவப்பு மலர்கள்.
கை கொடுக்க நீளும் கிளைகளை
எதிர்பார்ப்பின்றி
திடீரென வீசும் காற்று பரிசளிக்கிறது.
நீண்ட எனது கரங்களில்
தழுவும் இளங்கிளை மலரின்
மென்மையுள் வீழ்கிறேன்.
மௌனங்களால் உரையாடுகிறோம்.
என் உடலைத் தீண்ட
பக்கக் கிளைகள்
முண்டியடிக்கின்றன.
தொடுகையால்
உள்ளே எதுவெல்லாமோ நெகிழ,
யாரையும் எதற்கும் நிர்ப்பந்திக்காத
அணைப்பின் பேரமைதி தரும்
பெரும் நிம்மதி.

❖

38. மடியேந்தல்

நேற்றைக்கும் இன்றைக்கும் நடுவில்
எதுவும் மாறிவிடவில்லை.
எல்லாம் எப்படியிருந்ததோ அப்படியே.
நேற்று என் கன்னங்களில்
நீர்த்தாரைகள் வழிந்த தடமிருந்தன
இன்றைக்கு அங்கே
ஒரு சின்ன பரு உருக்கொள்கிறது.
அடரிருளைத் தவிர
யாதொரு ஒளியும் அதில் படியவில்லை.
என்னைப் போலவே
வெம்மையின் நிலத்தில்
கண்ணீர் ததும்ப
தன்னந்தனியாய்
நின்று கொண்டிருக்கும்
என் சின்ன பருவே!
இதழோரம்
கரையொதுங்கிய துக்கத்தை
இன்னும் சில நாளேனும்
சுமப்பாயா?

❖

39. அகம்

நிரம்பிக்கிடக்கும் நீராம்பல்களை
விலக்க மனம் வரவில்லை.
குளவிகளின் ரீங்கரிப்பு இளங்காலைக்காக
இன்னும் மிச்சமிருக்கிறது.
தன்னுள் மீன்குஞ்சுகளைத் தூங்கவிடும்
துருவேறிய வாளிக்குள்
அப்பிக்கிடக்கிறது வண்டல் மண்ணின்
ஆண்டுக் கணக்கான வரலாறு.
இப்போதைக்குத் துணையெல்லாம்
தவளையாய் அடிக்கடி
தலைக்குள் வந்துவந்து போகும்
இந்தத் தட்டான்கள்தான்.
ஆழத்தில் சுரந்துகொண்டிருக்கும்
ஊற்றில் கரைகிறது
முப்பொழுதும்.

✣

40. கவிதை வரும் நேரம்

எப்போதாவது என்னிடத்தே
அன்பு கூர்ந்து வரும்
ஒரு நல்ல கவிதைக்காக
உங்களைப் போலவே நானும்
காத்திருக்கிறேன்.

தலைகீழாய் நடந்து வரும்
கவிதை போலொன்றை
விரல்களைப் பிடித்து
எழுதத் தொடங்குகிறேன்

அதன் உராய்வுகளில்
கைகளில் பீறிடும்
ரத்த நாளங்களைக்கொண்டு
வண்ணங்கள் குழைக்கிறது
நிம்மதியற்றவளின் மனவெளி.

ஒரு காகிதமென
முன் கிடக்கும்
நிலமெங்கும் ஓவியத் தீற்றலில்
கவிச்சியைப் பரப்புகிறது.

பின் அமைதியாய்
திரும்ப
தலைகீழாய் நடக்கத் தொடங்கிய
அதை
நல்லதா கெட்டதாவென
கேட்டு நிற்கிறேன்.
நிலத்தை உழுதுகொண்டிருக்கும்
கரங்கள் தாங்கிய
என் பாதங்கள் வானத்தில்
காற்றில் அலைவுறுகின்றன.

❖

ச. மோகனப்ரியா

41 குறுங்கவிதைகள்

1.

பகலினும் கொடிது இரவு
இரவில் கொடிது பின்னிரவு
பின்னிரவினும் இருண்டது மனம்
மனதினுள் கொடியவனாய் நீ
உன்னிலும் கொடிது உன் நினைவுகள்.

2.

சின்னஞ் சிறு செடி
தலையெல்லாம் மஞ்சள் பூக்கள்
எவ்வளவு உயரத்திலிருந்தும்
குனிந்து பார்க்கும் பணிவை
வழியெங்கும்
கற்றுக் கொடுத்துக்கொண்டே இருக்கிறது.

✣

42. எலிக் கவிதை

இரு கைகளையும்
இரு கால்களையும் இழுத்துக் கட்டி
மல்லாக்கப்படுத்திருக்கிறது
சோதனைச் சாலை எலி.

கூர்மையான கத்தியோடு நிற்கும்
மாணவனின் கைகள்
சிறிது நேரத்தில் பாகம்
குறிக்கத் துடித்திருக்கிறது
எலியின் இதயமும் நுரையீரலும்.

மயக்க மருந்தின் உறக்கத்தில்
கனவு காணும் எலிக்கு
மனிதத் தலையோடும்
எலியின்உருவோடும் மனிதன்
மேசையில் படுத்திருக்க,
மனித உடலோடும்
எலியின் தலையோடும்
கத்தியோடு நின்றிருக்கிறது எலி.

சோதனைக் கண்காணிப்பாளருக்காக
காத்திருக்கும் கத்தி
நடுநெஞ்சைப் பிளக்கும் சற்றுமுன்
மனிதத் தலையில் ஒரு கனவு உதயமாகிறது.
பெருச்சாளியொன்று கூர்க்கத்தியோடு
மயக்கத்தில் மேசையில்
கிடக்கும் மனித உடலை
உற்று நோக்கிக்கொண்டிருந்தது.

✜

ச. மோகனப்ரியா

43. காப்பி

காப்பி என்றுமே
குழம்புவதில்லை.
காப்பி காப்பியைப் பார்த்து
நீ காப்பியா என்று
கேட்பதுமில்லை.
ஒரு காப்பி இன்னொரு காப்பியை
போல சுவைப்பதுமில்லை
உண்மையில் காப்பிகள்
தன் சுவை அறிந்து
பல நாள்கள் ஆகிறது .
காப்பிக் கோப்பைகளில்
விளிம்பினில் நழுவ
காத்திருக்கும் துளிகளுக்காக
மேசைகள் காத்திருக்கும்.
பல நேரம் அதை விழுங்க
சில காகிதங்களும்
கண்விழித்திருக்கும்.
காப்பியில் கலக்கும்
பாலினைக் காப்பி புன்முறுவலோடு
பிணைத்துக்கொள்கிறது
அதில் பல காப்பிகள்
தன்னையே கரைத்துக்கொண்டு
காணாமலும் போவதுண்டு.
பல காப்பிகள் தன்னிலையில் நின்று
அதை ஏற்கமறுப்பதுவுமுண்டு.
காப்பிகள் இப்படியாக
தன்னை இழந்தும்
இழக்காமல் தனித்தும்
இன்னும் சுவைக்க
மணந்து கொண்டேயிருக்கிறது
காப்பிக் கோப்பைகளில்.

✥

44. எங்கு ஒளிப்பது?

எழுத எழுதத் தீர்ந்துவிடாதபடிக்கு
சொற்களை எங்கு ஒளிப்பது?

பழகப் பழகத் திகட்டிடாத
நம் அன்பை எதில் கண்டுகொள்வது?

வாழ வாழ
பிடிமானங்கள் இறுகும் நம்பிக்கைகளை
யாரிடம் பெறுவது?

மரணிக்க மரணிக்க
நினைத்த அன்பின் கண்களை
எங்ஙனம் பகிர்வது?

யாரை நினைத்தும் எழுதிடாத கவிதையை
எவரிடமும் தொலைக்காமல்
எப்படிக் காப்பது?

✣

45. வலுவிழந்த நேரங்களிலும் பூக்கும் ரோஜாக்கள்

ஒரு வலுவற்ற நாளிலிருந்து
இன்னொரு வலுவற்ற நாள்.
பிறந்து பிறந்து மடியக் காத்திருக்கும்
நீண்ட பகல்களைத் தாங்கிய
வேனிற்காலத்தின் மூவந்திகள்.

இரவுகளில் மட்டுமே அலைவுறும்
குளிர் நகரங்களின் ஏதோ ஒன்றில்
வசிக்கின்றன சில நினைவுகள்.

பளீரென அடிக்கும் வெய்யில்
சில்லென்ற குளிரையும் தாங்கிவருமென
யாரும் நம்பியிருக்கவில்லை.

வலுவிழந்த முகங்களின்
மூக்குகளிலும் கன்னங்களிலும்
இளஞ்சிவப்பு ரோஜாக்கள்
பூப்பதைப் பார்க்கத்தான்
யாருக்கும் நேரமில்லை.

✤

46. போர்களை நான் விரும்புகிறேன்

வைக்கும் ஒவ்வொரு அடியிலும்
நிலத்தின் கங்குகள் எழ
கைகளில் தழலும்
மெய்மையுள் உறைந்த உயிர்ப்பின்
போர்களை நான் விரும்புகிறேன்.
பின்னே தொடரும்
நேற்றைய சுயத்திற்கும் எனக்கும்
இடையே
நித்தியமும் நிகழும்
போர்களை நான் விரும்புகிறேன்.
தீவட்டிகளை என்புறம்
நீட்டாதீர்கள்.
உங்களை நோக்கி
எக்கணமும் திரும்பக்கூடும்
உங்களுக்கேயான
ஊழ்வினை.
எனக்கான போர்கள் எப்போதும்
பின்னே தொடரும்
என் நேற்றின் நிழலோடுதான்.
மறந்தும் அந்நிழலுக்கு
வண்ணம் பூசாதீர்கள்.
நகலுக்குத்தான் பகட்டுத் தேவை.
அசல்கள் ஒருபோதும்
அலட்டிக்கொள்வதில்லை.
அசல்கள் ஒருபோதும்
தம்முடன் போரிடுவதை
நிறுத்துவதுமில்லை.

❈

47. ஒற்றை நிற வானவில்

மழை முகர்ந்த மரத்தின்
கிளைகளில் அமர்ந்து
தன் இருப்பை இருத்தியது
தொடர் கரைதலில் ஒரு காகம்.
வளைந்து நெளிந்த மரத்தின்
உடலெங்கும் ஒட்டியிருந்த
ஒட்டுச்செடிகள் போர்த்தி
அதன் காயங்கள்
மறைத்திருந்தது மரம்.
வெட்டிக்கொண்டிருக்கும்
வெங்காயத்தின் அரைவட்டத்திலிருந்து
ஒவ்வொரு அளவில் வானவில் இளஞ்சிவப்பு
நிறத்தில் விழுந்துகொண்டிருந்தது
அவளின் கைகளில்
அரிந்த கத்திக்கும்
அறிந்திராத வண்ணம்
அழுதுகொண்டிருந்தது
குளக்கரை விழிகள்.
விழுந்த வானவில்களை
அள்ளியெடுத்துச் சமைத்து
முடிக்க அவள்
வெந்துகொண்டிருந்தாள்
வானவில்லின் மேல் நின்று.

❖

48. ஞாயிறு மதியங்கள்

ஞாயிறு மதியங்கள் கொண்டு வருகின்றன
மௌன கலவரங்களை
நிதானமான நாள்
தீர்ந்துகொண்டிருப்பதன் வலியைச் சொல்கின்றன
சாய்ந்த கோபுரங்களென
அலமாரியில் தூசுகளால் சூழ்ந்திருக்கும்
புத்தகங்கள்.

நமக்கு மட்டுமான
ரகசியத் திரைப்பாடல் ஒலிபரப்பாகும் சத்தத்தை

அண்டை வீடுகளின் புழக்கடையில்
துணி துவைக்கும் ஓசையை

நுரை ததும்ப ஞாயிறு மாலைகள்
அதில் கரைந்து கொண்டிருப்பதை
கண்ணுறும் ஒவ்வொருமுறையும்
திக்கென நிற்கும் மனதை.

O

ச. மோகனப்ரியா

எனது
ஞாயிற்றுக்கிழமை அந்தியின் மேல்
எப்போதும்
துயரின் இருள் படிந்திருக்கிறது
வீட்டுப்பாடம் எழுதாத பள்ளிச் சிறுமியாய்
படபடக்கும் இலைகளாய்
இதயத்தின் திடுக்கிடல்களை
திங்களன்று காத்திருக்கும்
தேர்வுக்காய் பயமுறும்
மாணவனின் மனமென
காலம் ஞாயிறுக்கிழமையின் அந்தியை
அவ்வளவு அழுத்துகிறது
சாலையோர நெகிழிப்புட்டி நசுங்கி
அடிவானத்தில் கசந்து இறங்குவதை
மரத்தடியில் வீழ்ந்திருக்கும்
வெடங்குறுணிப் பூக்கள்
ஒவ்வொரு வாரமும் கண்டு அழுகின்றன.

❖

49. இரு பால்வீதிகள் சந்திக்கும் புள்ளி

எதற்கிந்தச் சந்திப்பு?

இருவருக்கும் இடையே
சில நூறு பால்வீதிகள்
சின்னஞ்சிறு எரிகற்கள்
பல்லாயிரம் ஆண்டுகளுக்கான துக்கம்
எதனை அளக்க இந்தப் பதற்றம்
எதற்கான தேம்பல்
எதை ஈடுசெய்ய இந்தப் போராட்டம்
எதுவும் மாறாது
எதுவும் நிலைக்காது
பழங்காலத்தின் கத்தியால் ஆக்கிக்கொண்ட
தழும்புகளை
ஏன் வருட வேண்டும்?
இறப்புகளைச் சிலமுறை சந்தித்த பின்
எதற்கிந்த உற்சாகம்?

உனக்கும் எனக்கும் தேவையாயிருக்கும்
கண்களின் சந்திப்பு.
தொலைத்த
அதே கண்களை
மீண்டும் காண விரும்பும்
புகையும் நறுமணங்களில் மனம்.
எல்லாம்
எல்லாம்
உயிர் பிரியும் தருணமொன்றின்
விடுபடலுக்காகத்தானே?

ச. மோகனப்ரியா

50. அறிவின் தனிமையும் துக்கமும்

ஒளிரும் உன் அறிவின் முன்
மண்டியிடுகின்றன இவ்வுலகின் அற்புதங்கள்.
பிரபஞ்சங்கள் நடுநடுங்குகின்றன.
எதுவும் தளும்பாது
ஆனால் நிறைமதியில்
துயரங்களின் மனதை ஏந்தி
ஒளிகூடி நிற்கிறாய்.
தீராத துக்கத்தை
எவ்வன்பைக்கொண்டு நீக்க முடியும்?
எந்த காதலால் சரிசெய்யக்கூடும்?
எச்சொல் தகர்த்தது?
மீளவிடாது உடைத்தது?
இன்னும் எத்தனை
சந்திப்புகளுக்குப் பின்
நமக்கான
சொல் முளைக்கும்?
உன் நெருக்கத்தில் நாணும்
எல்லா மூளைகளும்.
உன் சுடரும் அறிவின் முன்
எல்லா அழகுகளும் பதறும்.
பழக்கப்படாத வழிகளில் பயணிக்கும்
உன் அறிவின் முன்
மண்டியிடுகிறேன்.
என்னுள் சில பிரபஞ்சங்கள் நடுநடுங்குகின்றன.

❖

51. ததும்புதலின் பெருங்கணம்

மரக்கிளைகளில்
சீரற்ற இடைவெளிகளில்
அமர்ந்து கண்ணுறும்
பறவைகளாய்
நாம் அமர்ந்திருக்கிறோம்.

நம்மிடையேயிருக்கும் மேசையோ
வியப்பில் ஆழ்ந்திருக்கிறது
நாம் அசைவற்றுக் காத்திருக்கிறோம்.
உரையாடல்களில்
ததும்பித் தத்தளிக்கும் ஒன்றிற்கு இப்போது
பெயரிட்டாக வேண்டும்.

காப்பிக் கோப்பைகள் ஆறிக்கொண்டிருக்கின்றன.
கடைசியாய் கிளம்புகையில்
மேசையும் வெற்றுக்கோப்பைகளும்
நம்மை அழைக்கின்றன.

✜

ச. மோகனப்ரியா

52. அலை கலைக்கும் சித்திரம்

தேவை இப்போது
நுரை பொங்கும் அலையுடைய
பெருங்கடல்.
இதயத்தை மணலில் புரட்டாது
நனைத்துத் திரும்பிட
எழும் தூய நீல நீரலை.
உறங்குவதன் பாவனையில்
கால்களை மணலில் புதைக்கும்
நிலம்.
இறால் குஞ்சுகள் கால்விரல்களைக் கவ்வ
உதறும் கணத்தில்
கலைந்துபோகின்றன
உன் கைப்பற்றிய விரல்களும்
அந்திவானத்தில் அரங்கேறிய
மொத்தக் கனவும்.

✤

53. குறிப்பு

கனவென விடிகிறது
ஒரு பகல்

இருளும் ஒளியும் முயங்கி நிற்கும் மனதில்
ஒளிர்கிறது
இருள்.

தெளிவற்ற விம்பங்கள்
துலக்கமற்ற ஒலித்துண்டுகள்
அடைத்திருக்கும் கதவு

சாளரங்களின் இடுக்குகளில் நுழைகிறது
தவிர்க்க முடியாத தனிமை

எழுதயிராத கவிதையின் சொல்
பதற்றமின்மைகளின் பதற்றம்
நிறைவின்மையின் குறிப்பு.

✤

54. இடைவெளி

நம்மிடையே
ஒரு சொல் அளவே
இடைவெளி

சொல்லச் சொல்ல
முழுமையடையாத
முடிவுறாத
காலத்தில்
அது பயணிக்கிறது

யார் கூறியதென
கண்டறிய முடியாத புகை மூட்டம்

மெல்லிய வெளிச்சத்தில்
இருவருமே நெருங்கப் பார்க்கிறோம்

முட்கிரீடமணிந்து
நம்மிடையே
அமர்ந்திருக்கிறது

அச்சொல்.

✤

55. கருணை

கருணையினை எல்லோரும்
துரத்துகிறார்கள்
கண்ணீர்விட்டு நிற்கிறது
முச்சந்தியில் ஒரு கருணை
முதல் வீட்டின் வாயிலில்
அதன் கதவுகள் திறக்க
கண் கொட்டாமல் பார்த்திருக்கிறது
என் கதவை திறக்கவே தேவையில்லை
திறந்தேதான் இருக்கிறதென்று
யாரேனும் அதற்குச் சொல்லுங்களேன்.
ஒரு எட்டு எட்டிப் பார்க்காத
கருணையற்ற கருணையை
அழைப்பதா வேண்டாமா?

ச. மோகனப்ரியா

56. கூடுதலாய் ஒரு சிட்டிகை

உயிர் குலைக்கும்
சொற்களை உதிர்க்கவொண்ணா
உளம் கொண்ட நல்லாள்
சகித்துக்கொள்கிறாள்
அனைத்தையும்
ஒரு மிடக்கு நீர் அருந்துதலில்.

தவழாமல் கிடக்கும்
குழந்தையின் அழைப்போ
துவண்டு கிடக்கும்
துளசிச் செடியோ
அவள் கண்ணீராய் எழுதுகிறது
தன் வாடிய முகங்களால்.

உறக்கமற்ற விழி சுமந்து
அழும் மழலை தான் சுமந்தும்
ஏனென்றே புரிந்திராத
வெறுப்பை வாங்கி
நகர்ந்துகொண்டிருக்கும்
நாள்கள் விடிவதேயில்லை
அவளுக்கு மட்டும்.

அதிகாலைப் பொழுதொன்றில்
இரவெல்லாம் கொடுத்த பாலை
வயிறு கேட்கும்
எரிதழல் பசியில்
வசை பாடும்
அவள் வீட்டு வெற்று அடுப்படி.

நடைப்பயிற்சி முடிந்து
முற்பகல் வருபவருக்கு
புரிவதில்லை
உண்ட பழைய சாதத்தில்
உப்பு கூடியிருப்பது
அவள் கண்ணீரால் என்று.

✿

ச. மோகனப்ரியா

57. இரு கருநீலக் காப்பிக் கோப்பைகளின் இறுதி யாத்திரை

பார்ப்பதற்கு ஒன்றுபோலவே இருக்கும்
ஒவ்வொரு நாளும்
ஒன்றின் மீது ஒன்று அமரும்
நம் இருவரின் கருநீலக் காப்பிக் கோப்பைகள்
கைத்தவறி ஒரே நேரத்தில்
அந்தரத்திலிருந்து வீழ்கின்றன.

உருவ ஒற்றுமையாய்
இருக்கும் அத்தனை இடையூறுகளையும்
ஒருவேளை வெகுகாலமாய்ச் சுமந்து
சலித்திருக்கலாம்.
பயனாளர் மாறிமாறிப் போகும்
சாத்தியங்களையும் சந்தர்ப்பங்களையும்
வெறுக்கத் தொடங்கியிருக்கலாம்.
காலம் முழுக்க ஒரே மனிதரின்
ஒரு சோடி இதழ்களுக்கு மட்டுமே
தன்னை ஒப்புக்கொடுக்கும் வைராக்கியம்
உடைபடுவது சகிக்காத நாளில்
தற்கொலைக்கான முதல் திட்டத்தை
உருவாக்கியிருக்கலாம்.

சமூகத்தில் தனது தனித்துவத்திற்காய்
கோப்பைகளின் மாறுபட்ட
நிறமும் வடிவமும்
உள்ளிருக்கும் பானத்தின்
ருசியைவிட முக்கியமென
நம்ப வைக்கத் தொடங்கிய
அழகுப் பூச்சு விளம்பரங்களை
யதேச்சையாய் கோப்பைகள்
பார்த்ததால்கூட இருக்கலாம்.
ஒவ்வொருமுறை கழுவி வைக்கப்படுகையில்
மேற்கொண்ட திட்டத்தின் முத்தாய்ப்பாய்
சற்று முன்பு
தன் உடலைச் சாய்த்து
கைகளிலிருந்து
நழுவி வீழும் கோப்பை
உன்னுடையதா என்னுடையதா?

O

நொறுங்கிய காப்பிக் கோப்பைகள்
நம் பழமைகளைத் தேக்கியிருப்பவை.
உண்மையில்
நம் ரகசியங்கள் ஏந்திஏந்தி
விளிம்புகளில் கறைபடிய
எச்சில் ஒழுகும் கழுதையெனச் சுமந்திருப்பவை.
இருவரில் எவரது கோப்பை
இன்னும் சுமக்கத் தேவையிருக்குமென
தீர்மானிக்கும் உரிமையை
நம்மில் யாரிடம் கொடுத்திருக்கிறது
என்பதே அதன் முக்கிய கவலை.
சுமக்க முடியாத அந்தரங்கங்களைச் சுமந்திருக்கும்
காலிக்கோப்பைகள்
அதிக காலம் வாழ விரும்புவதில்லை.

ச. மோகனப்ரியா

நமது பழைய தூசுகள்,
ஆகப்பழைய தவறுகள்,
சந்தர்ப்பவாதப் பிடிவாதங்கள்,
வீணான தீர்மானங்கள்,
தேவையற்றோரின் தலையீடுகள்,
காதலைக் காமத்துக்கு மட்டுமே
பயன்படுத்தத் துணிந்த
நமது போலித்தனங்கள்
உடைபடும் நேரம் நெருங்குவதை
அவை உணர்ந்திருக்கக்கூடும்.
இதோ
என் கோப்பையும் உன் கோப்பையும்
வீழ்ந்து நொறுங்கியும்
அருகருகே அமர்ந்து
நம் வாழ்க்கையைத்தான்
வெகுநேரம் பேசிக்கொண்டிருக்கின்றன.
நமக்குத் தேவையெல்லாம்
கோப்பைகளில் இட்டு நிரப்ப
அவசியமற்ற நம் வலுவான புரிதல்கள்.
கோப்பைகளுக்கு
நம் முத்தங்களைத் தவிர
கொடுக்க வேறேதும் தேவைப்படாத
அன்பின் ரசம் மின்னும் பொழுதுகள்.

✦

சொல் பிளந்து பூக்கும் உடல்

58. குளிர் இரவின் பெயர்

ஒரு குளிர்ந்த இரவுக்கு
உன் பெயர் இட்டேன்.
உன்மத்தம் நிறைந்த காலத்தை
அப்பொழுதெல்லாம் நீ பரிசளித்திருந்தாய்.
கைகள் இறுகப் பற்றிய முதல் கணத்தில்
காற்றுக்கு வெட்கப்படுவது குறித்து
வகுப்பெடுத்தன நம் விரல்கள்.
மயங்கும் தனித்த பகல்கள்
பொலிவில் மின்னும்
இரவுநேர நடைபாதைக் கடைகள்
நினைவுகளின் வீதிகளில்
தனித்தனியே நாம் உலாவுகிறோம்.

நேற்றிரவு மிகக் குளிர்ந்த இரவை
மீண்டும் கண்டேன்.
வேனிற்கால கார்மேகத்தைப் போல
நம்மைச் சூழ்ந்து
எனக்கு உன் முகத்தையும்
உனக்கு என் முகத்தையும்
காட்டிக்கொண்டே
மிதந்து கொண்டிருந்தது
போர்த்தப்பட்ட கம்பளிக்குள்
அக்குளிர்ந்த இரவு.

✤

59. கண்ணுறுகையில் நிகழ்பவை

சாயலில் தெரிபவை
நீயாகவே இருக்கிறாய்

அல்லது

உன் சாயல்களில்தான்
நிகழ்கின்றன சில அற்புதங்கள்
முகங்களில் பிரகாசிக்கும் உன்னை
கண்டடைகின்றன எனது துயரங்கள்.
பின் எப்பொழுதும் அவை
துயரங்களாய் மட்டுமே
இருப்பதில்லை.

❖

ச. மோகனப்ரியா

60. மாற்றம்

சுடர்போல எப்போது மாறும்
நம் உடல்?

ஓயாத அதன் அசைவென
தீர்க்கமானதும்
தீரவே தீராத
திசைகளிலும்
எப்பக்கம் தீண்டினாலும்
வெப்பமேற்றும் தன்மைபோல
நம் உடல் எப்போது மாறும்?

நம் நட்பைக் காதலென
நாம் கண்டடைந்த கணத்தில்
புத்தம் புதியதாய்
காதலைச் சுமக்கும்
நம் உடல்
சுடரென ஒளிரும்.
அதீதங்களற்ற ஆழமென மாறும்
எப்போதும் ஒன்று போலவே எரியும்
இளமையின் சுடராக
எங்கு ஏற்றினாலும்
தொடரும் ஒளிக்குட்டியாக
இடைவிடாத
மென்னசைவுகளாக
நம் உடல் அப்போது மாறும்.

❖

61. காதல் சூழ் உலகு

நிதானமாய் விழும் மழைத்துளிகளில்
நதியொன்றைச் சமைக்கிறேன்
குழையும் நான்கு திசைகளின் பசி
அதன் அடிவயிற்றில் சுழல்கிறது
ஊர்ந்து மலையேறும் படர்கொடிகளுக்கு
குறுந்துளிகளைப் பரிசளிக்கிறேன்
வெட்கி நாணும் நாணல்களின் முதுகில்
பனிக்காலத்தையே மலர்த்துகிறேன்
கருமேகங்கள் மிதக்கவிட்ட வானில்
நான் ஒவ்வொரு துளிகளாய்
உலர்ந்தபடி மேலெழுகிறேன்
அப்பால் தெரியும் மலைகளுக்கு நடுவே
பச்சை சூடி நிற்கும் உன்னிடம் தயங்கி தயங்கி
முயங்க வருகிறேன்
தூவானப் பூங்கொத்துகளாய்
உன் கரம் சேரும் நாளில்
நம் உலகை என்னவென அழைப்பாய்?

❖

ச. மோகனப்ரியா

62. ஜெஸ்ஸியாக வாழ்தல்

கஞ்சியிட்ட காட்டன்புடவை
அவள் அணிந்ததில்லை
மேக்கப்கூட அதிகம் இட்டதில்லை
அன்று முதல்முறை நீ
ஜெஸ்ஸியாக அவளை
பார்ப்பதாகக் கூறினாய்.
அன்றிலிருந்து
அவள் ஜெஸ்ஸியாக
நடமாடத் தொடங்கினாள்.
பன்னீர் ரோஜா நிற உதட்டுச்சாயத்தினை
வாங்க கடைகடையாய் ஏறியிறங்கினாள்.
சுருள்சுருளான தலைமுடியை
நிமிர்த்த அதிக முயற்சிகள் எடுத்தாள்.
எல்லாம் அந்த நொடிவரைதான்
ஷாலினிபோல துப்பட்டாவை
கழுத்தோடு அணிந்த பெண்ணோடு
உன்னை நெருக்கத்தில் பார்த்தபோது
அவள் உள்ளிருந்த
ஓராயிரம் ஜெஸ்ஸிகள்
உடைந்து சிதறினார்கள்.
ஒவ்வொரு இரவும்
வானத்தில் நீ பார்க்கும்
நட்சத்திர மினுக்குகள்
அவளின் சிதறல்கள்தானென்று
நீ அறிவாய்தானே?

❖

63. கனவின் தேநீர்

நேற்றிலிருந்தும், நாளையிலிருந்தும் உன்னை
தேநீர் விருந்துக்கு அழைத்திருந்தேன்.
முந்தைய உன்னுடன் முந்தைய என்னை
பாரிஜாதப் பூக்களின் மரத்தடி இருக்கைகளுக்கு
அனுப்பி வைத்தேன்.
இனிய நாட்களின் நறுமணங்களில்
அன்பைப் பகிரத் தொடங்கினார்கள்.

நாளைய உன்னுடன்,
இன்றைய நான் அமர்ந்திருக்கிறேன்.
கதவுகளையே பார்த்து
காத்திருக்கும் உன்னிடம்
எப்படிச் சொல்வது?
இன்றைய நான் சற்று நேரத்திற்கு முன்பே
நாளையிலிருந்து வரும் என்னைச் சந்தித்துவிட்டதை.

மறதி நோயால் முற்றிலும் உன்னை
மறந்த நிலையை,
என்னை எங்கோ பார்த்ததாய்
கைகளை இறுகப்பற்றிக்கொண்டதை.

நம்முன்னே சூடாக இரு தேநீர்க் கோப்பைகள்.
உன் கைகள் நடுங்குகின்றன
இன்றைய என்னை நாளைய உன்னால்
அறிய முயல்கிறாய்.
கனவுக்குள் நிகழும் இச்சந்திப்பிலிருந்து
வெளியேறுவது குறித்து
பாரிஜாத மலர்களிடம்
நேற்றைய நாம் விசாரிக்கத் தொடங்குகிறோம்.

❖

ச. மோகன்பிரியா

64. நினைவுகள் பெருகும் காலம்

சொல்
அதில் அமர்ந்திருக்கிறது
கல்பகாலத்திலிருந்து வரும் துயரம்.

நாம் சந்தித்த காலத்துள் நுழைகிறோம்.

எனது கேள்வியின் சொல்
உனது பார்வையாலே
அழிக்கப்படுகிறது
நியாயங்கள் வலியோருக்கே
சாத்தியமாக்குகிறது.
எளிய மனிதர்கள்
காலத்தின் கரங்களில்
துவண்டுவிடுகின்றனர்.
பலம் பொருந்திய நீ
அனைத்தையும் புன்னகைக்குள்
கடந்துவிடுகிறாய்.
எனது நியாயங்கள்,
திரும்பும் பாதையில்
என்னோடு துவண்டு
சுணங்கிவிட்டன.

இனி பழைய காலத்திற்குள்
மீண்டும் நுழைய வேண்டும்.
நீயற்ற என்னை நான்
அடையாளம் காணும்வரை
வீழ்ந்திருக்கும் என்னை
நான் எப்படி எழுப்புவது?

✤

65. தொலைத்த பொழுது

தொலைத்த பொழுதுகளை
நினைத்து
அழுவதா சிரிப்பதா?

நீண்ட பெரும்
காவியத்தின்
கடைசி பக்கங்களென
படபடக்கிறது மனம்.

மகிழ்ச்சியில் திளைக்கவும்
ஆற்றாமையில் வீழவும்
வானவில்லின் வெயிலாகி
ஒருங்கே சிரிக்கிறது காலம்.

வெம்மையில் பொழியும்
குறுமழைத்தூறலாக
உலரத் தொடங்கும்
இந்த நொடியை
எப்படி எதிர்கொள்வது?

❖

66. காத்திருக்கும் வெற்றிடம்

பாலிண்ட்ரோமின்
இரு முனைகளில் நம் உருவங்கள்.

மத்தியிலே அமர்ந்திருக்கிறது
நமது வித்தியாசங்களின் ஒட்டுமொத்தம்.

நகர்ந்து நகர்ந்து
ஏதோ ஒரு நாள் மையத்தினை
அடைகிறது

காத்திருக்கும்
வெற்றிடமும் சில மௌனங்களும்
அளக்கப்பட்ட கொஞ்சூண்டு
புகை மூட்ட வானமும்.

சீசாவின்
மேல் கீழ் விளையாட்டில்
எழுந்து அமைகிறது
நம்
உருவங்களின் குரல்கள்.

மையத்தின் விளிம்பைப்பற்றிய
நம் கரங்களை
விடுவிப்பாரின்றி
மகிழ்ந்திருக்கச் செய்தது
பிரபஞ்சத்தின் எந்த துகள்?

✤

67. அரூபத்தின் நா

பதனீர் சுவையில்
செர்ரிப் பழங்களின் ஊற்றுக்கண்.
தாகந்தணிக்கும் வேட்கையில்
நிரம்பாதப் பாத்திரங்களை
மாற்றிமாற்றி வைக்கிறோம்.
வெட்கத்தின் உச்சத்தில்
விரல் தீண்டா நிலப்பகுதிகளில்
சம்மணமிட்டு இசைக்கப்படுகின்றன
காமத்தின் தொடர் கீதங்கள்.
கானகம் இருண்ட பொழுதும்
அரைக்கண்களைத் திறந்தே ஒளிர்ந்தோம்.
நாடெங்கும் பொழிகிறது சோனை.
மலைக்காடுகளில்
குறிஞ்சிப் பூக்களில் அமர்ந்து சிலிர்க்கிறது
இரு பட்டாம்பூச்சிகள்.
அதன் நுண் குழாய்களுள் உறிஞ்சி விடுத்து
விளையாடிக்கொண்டிருப்பது
அதரம் தீண்டி விடுவித்திக்கொண்டிருக்கும்
நமதிந்த யாமத்தின் ரூபம்.

68. நிராகரிப்பு

நிராகரிப்புகளின் சுவடுகள்
கண்டுகொண்ட பொழுதில்
ஏற்படும் துயரை எப்படி
வரிகளில் வடிப்பது?

ஆற்றாமைகளின் தேடலென
மீண்டெழ முடியாத புதைமணலென
மீண்டும் மீண்டும் சிக்கிக்கொள்ளும்
சக்கரத்தின் சாலைக்குழியென
வீழ்ந்துகொண்டே இருக்கும்
ஒவ்வொரு நொடியும் சுறுக்கென்று
ஏதோ தைக்க
விரக்தியினை நோக்கிக்கூட
மனம் செல்வதை
எங்ஙனம் தடுப்பது?

ஏதுமறிந்திடாதவரை
எல்லாம் இயல்பாக
காட்டிக் கொண்டவரை
இந்தத் துயரென்னை அணுகாதவரை
பிழைத்துக்கொள்வேனென
நம்பியிருக்கக் கூடும்.
இனி நான் பிழைப்பேனோ?

✦

69. பொருட்வழி பிரிவு

ஒரு குளிர்கால மரத்தினைப் போல் அமர்ந்திருக்கிறேன்
பனி அடர்ந்த கிளைகளில்
நினைவுகள் உறைந்திருக்கின்றன
இப்பொழுதும் நீ
இப்பூமியின் மறுபக்கத்தில்
அதிகாலைகளின் தொடக்கமாக
வேனிற்காலப்பாடல்களை
கேட்டுக்கொண்டிருப்பாயல்லவா?
இதழ் பிரியாத முத்தங்களின் சுவையில்
நறுமணம் கமழும் உடலின் வியர்வையை
ஒவ்வொரு பனித்துளியும்
தன்னுள் பொதித்தே வைத்திருக்கிறது
மூர்க்கம் நிறைந்த காற்றினை
நம்முள் நுழையவிடாத பிடிவாதம் நம்மிடம் இருந்தது
நினைவிலிருக்கிறதா?
பனிப்போர்வையில் தனித்துக்கிடக்கும் உடலுக்குள்
நுழைய பார்க்கும் எதையும்
அதே பிடிவாதம்தான் தடுத்துக்கொண்டிருக்கிறது.

ச. மோகனப்ரியா

70. பிரிவு பற்றிய குறுங்கவிதைகள்

1.

மன்றாடல்கள் இடம்பெற
தொடங்கும் இடத்தில்
பிறக்கிறது
பிரிவுக்கான முதல் சொல்.

2.

காரணங்கள் சொல்லச் சொல்ல
ஆரம்பித்துவிடுகிறது
உறவு
மடிவதற்கான மழைக்காலம்.

3.

நிதானமிழந்த வேளைகளில்
உளறப்படுபவை
உண்மையாயிருக்கலாம்.
நிதானமிருக்கும் பொழுதோ
அதிலிருந்து தப்பிக்க
காரணங்களை அடுக்கத் தொடங்குகிறோம்.

4.

எல்லோருக்கும் வாய்ப்பதில்லை
கைக்குலுக்கி விடைபெறல்.
பிரிவு கவியும் நொடியில்
கனவைத் தின்னும் கண்ணீரையே
காலம் வழங்குகிறது.

5.

சொற்களால் இணைகிறோம்
எடையிழந்த சொற்களால்
ஆசிர்வதிக்கத்தான்
விதிக்கப்பட்டிருக்கிறது
இந்த வாழ்க்கைக்கு
நமக்கு
இந்தப் பிரிவிற்கு.

6.

கரை நோக்கி
தொடர்ந்து வந்து கொண்டிருக்கின்றன
அலைகள்
சீறியும்
அமிழ்ந்தும்
மிதமான வெப்பத்தோடு
மணல் தொடுகின்றன.
மீள்தல் சாத்தியமற்ற
கரைகளில்
காலத்தை அழுத்தி
நிகழ்கின்றது
ஒரு
பிரிவு.

7.

மனதுள் ஓராயிரம் தடவை
ஒத்திகைகள் பார்க்கப்பட்ட
பிரிவொன்று
நிகழும் பொழுதில்
நின்றிருக்கும் சாலை
கறுப்பு வெள்ளையாகிறது

சாலையோரப் பெருமரங்கள்
தம் உடலை நெருங்கி
அணைக்க அழைக்கின்றன
திரைக்காவியங்களில் வருவதுபோலவே
உண்மையிலேயே
மழை மேகங்கள் சூழ்கின்றன
உதிர்ந்துபோன சொற்களை
நனைக்க
மேலிருந்து எதுவோ கொண்டுவருகிறது
அடைமழை காலத்தை.

❖

71. காதல் தகிக்கும் நகரும் படிகள்

தகிக்கும் காதல் விரல்களால்
தழுவித் தழுவி
மெல்ல நகர்கின்றன
மேலேறும் படிக்கட்டுகள்.
கீழிருந்து பார்க்கும் எவருக்கும்
காதல் பற்றிக்கொள்ளாத வயதில்லை.

நேரெதிரே நிற்கும் கடவுளை
காண மறுக்கும் கண்கள் உண்டோ?
தற்காலிக நாத்திகராகிறார்கள்
பின் தொடரும் மக்கள்.
இருபுறமும் இருக்கும் விளம்பரப் பலகைகளை
குழந்தைகளைக் கண்ணுறச்செய்ய
திரும்பிக்கொள்ளும் தாய்மார்கள்.

வளரிளம் காதலர்கள்
எவர் பொருட்டும் நிறுத்துவதாய் இல்லை
முத்தத்தை.

நல்லவேளை நடுவில் படிகள்
எங்கும் நிற்கவில்லை.

72. நீ வனைந்த ஊதாப்பூ

ஊதாப்பூக்களின் கொடி
மரங்களைச் சுற்றுயிருப்பதைப் போல்
சுழன்று ஓடிக்கொண்டிருக்கிற
நினைவுகளை எங்கு ஒளிப்பேன்?
துரோகத்தின் கத்திகள் ஆட்கொள்கையில்
உன்னை மட்டுமே பற்றியிருந்தேன்
அறிந்துகொள்
வேதனைகளின் முகாந்திரங்கள்
பழுதுப்பட்டு
தானே நின்றுவிட்டன.
ஆயினும்
மிகத்தடிமனான தோள்களால்
அவை என்னை நசுக்கிவிட்டிருப்பதை
வீட்டின் நிலைக்கண்ணாடி உரைத்தது.
தெளிவதற்குள் இருட்டத் தொடங்கும்
கார்மேகங்களின் வருகையை
ஒத்திவைப்பது
உனக்கு ஆகும் தானே?
காலம் கடந்த ஞானத்தேடலென
சிரிக்கிறது உலகம்.
ஒரு ஊதாப்பூவாக மலர்ந்து கொண்டிருக்கிறேனென
அதற்குத் தெரியாதுதான்.

✥

73. விளிம்பில் நிற்கும் அமுதம்

முகடு விட்டுவரும்
சாலையொன்றின் திருப்பத்தில் தொடங்கின
மழைக்காலத்தின் துளிகள்.
கரங்களில் பற்றிய வானவில்லை
உனக்கென விரிக்கிறேன்.
ஒவ்வொரு நிறத்திலும் பட்டுத்தெறிக்கிறது
உணர்வுகளின் சொற்கள்.
அதில் நிதானித்துத்தான் இயங்குகிறாய்.
எல்லா உணர்வுகளையும் அரும்பிட்டு
விளிம்பில் நிற்கச்செய்கிறாய்.
காதலின் வண்ணத்தில்
மெல்ல வழியவிடும்
உன் கரங்களையே வேண்டுகிறேன்.
நின்றுவிட்ட மழையைச் சாடி
மொத்தமாய் தலையைத்
தரையில் கவிழ்க்கும் முன்
மீண்டும் வந்துவிடச் சொல்.
காதலின் சில துளிகளையேனும்
தொட்டுப் பார்க்கிறேன்.
கரங்களெங்கும் பூத்திருக்கும்
இளஞ்சிவப்பு நிறம்
உன் காதல்தானே?

❖

74. சுட்டு

மொழியின் கை
நடைபாதை மரங்களில் சாய்ந்து
அதே புன்னகையோடு நிற்கும்
உன்னைச் சுட்டியது
பின் எப்போதும் அங்கு
நீ மட்டும் இல்லை
மொழியின் சொற்கள்
புலன்களின் மிரட்டல் ஒலி
இருப்பின்
இன்மையின்
தீர்க்கம்
என்னைத் துரத்தத் தொடங்கியது.

✤

75. நினைவின் முகம்

இரண்டு மேகங்கள்
முட்டவுமில்லை பிரியவுமில்லை
நடுவே பிளந்த ஆரஞ்சின் வனப்பில்
தெரியும் முகம்
யாராகவுமிருக்கலாம்
தகிக்கும் காலத்தில்
நிழலற்றவளாகி
குட்டி மேகங்களின் மேலேறி
பறக்கிறேன்
பெருங்காற்று வரும்வரை
பூங்காவில் தனித்து
அமர்ந்திருப்பவளின் முகத்தை
உற்றுப் பார்த்துக்கொண்டே
கலையாமல் நிலைக்கிறது
எல்லாமும்.

✣

76. இசைமை

தீர்ந்திடாத இரவில்
உனது
முற்றுபெறாத பேச்சுகள்
திடீரெனப் பெய்யும் மழையை
ஒரு யாழிசையென
நீட்டிக்கிறது.

O

தலையில் முளைக்க இருக்கும்
இரு கொம்புகளை
வீடு முழுக்கக் கசிய விட்ட
நல்ல இசை தடுக்கிறது.

O

எம்மழலை அழுதாலும்
சுரக்கும் தாய்ப்பால்போல்
'மா...!'வென
எம்மழலை அழைக்கினும்
நனைகிறது நெஞ்சம்.

✤

77. மடலூர்தல்

பனையோலை பின்னுகையில்
கீறிய காயம் நினைவுக்குள் சுளீரிட
கடல் பூச்சிகள் காயும்
நிலம் பூக்கும்
குறு இறால்களின் கடிகளால் உன்
வதையுறும் பாதத்தோடு
களைபறித்ததில்
செங்காட்டு மண் ஒட்டிய
வறண்ட என் இதழ்கள்
உளற உளற
சுனை ததும்பும் தாய்ப்பாலென
உனதன்புக் கைப்பற்றலின்
உடுபதம் சிவக்க
மருதத்திலிருந்து நெய்தலின் ஈர்ங்கண்
நம்மைச் சேர்த்துவிடுகிறது
அன்பின் குருவிகள்.
கார்காலத்தில் பதறித் தேடும்
கொக்குகள் அழ
பொங்கும் ஈண்டுநீர் நுரையில்
யார் முதலில் கரை சேருவோம்?

78. மௌனத்தின் இறுதி மொழி

எல்லாவற்றிலிருந்தும் எழுகிறது
ஒலியைப் போல் ஒரு மௌனம்.
முன்னால் இருக்கும் காப்பிக் கோப்பையில்
பாதிக்குமிழிகள் உடைந்துகொண்டிருக்கும்
சத்தமும் கேட்கிறது.
இரண்டு விழிகள் சந்தித்துக்கொள்ளாத இடைவெளியில்
சில உருவங்கள் கடந்துபோகின்றன.
நேற்றைய நினைவுகளைச் சுமந்து திரியும்
அவர்களின் சட்டைப் பைகளில்
நாளையை நிரப்ப
காப்பியோடு வருகிறார் ஊழியர்.
மௌனத்தின் கடைசி துளியொன்று
விழி ததும்பக் காத்திருக்கிறது.
முகம் பார்த்துச் சொல்லும் கடைசி ஒலி
மௌனமாகவே இருந்திருக்கலாம்.

❖

79. அதிசயங்கள்

பொய் முகத்தை
உண்மையென நம்பத் தொடங்கியதன்
அவலத்தை

நெடும் பாதையில்
பற்றிக்கொள்ளக் கைகளைத் துளாவும்
கழிவிரக்கத்தை

தவறியும் வீழ்ந்து விடாத ஆழத்தில்
மரணிக்கவே வாழ்ந்திருக்கும்
உயிரை

பதற்றத்தோடான கண்களையே
பரிசளிக்கும் மனிதர்களை

இன்னும் முறுவலிக்க மிச்சமிருக்கும்
சாத்தியங்களை
அறிந்தேனெனினும் நம்பவே சொல்கின்றன
நொடிப்பொழுதின் அற்புதங்களை
அறியத் தரும் கவிதைகள்.

80. கதலிப்பாட்டு

இந்த வாழ்வு
என்னைத் தண்டிக்க
வேறு எந்த
சிறப்புக் காரணங்களும் இல்லை.
வெறுமனே நீ
வந்து சென்றதைத் தவிர.

O

வேனிற்கால நதிக்கரையின்
ஓரத்தில் பூத்திருக்கும்
கதலி மலர்கள்
ஒவ்வொரு நாளும்
நீ கடந்து மறையும்
திசையில்தான்
தன் வாழ்வையும் மரணத்தையும்
பார்த்திருக்கின்றன.

O

உச்சிக்கிளையின்
கதலிப் பூக்களில்
படரும் இளவெயில்
தலைகோதும் அன்பில்
என்னுலகம் சொல்லும்
உய்யடி! உய்யடி! உய்!